Inganta Zaman Lafiya A Duniya

Dalilin da ya sa Majalisar Dinkin Duniya ta warware dokokin?

Kare kare hakkin dan adam!

Dr. Badal Kariye

I

Godiya

Zuwa ƙwaƙwalwar na Kaka Ardo Elmi Mohamed wanda aka fiye da aka sani da sunan barkwanci ta Ardo Dudi, a zahiri ma'ana a matsayin "The gurgu Ardo," ya kawo har da nuna hali da mutanen da harkar more rayuwa da kuma ladabi a duk lokacin da na sadu da su a wani lokaci.

Na kaka, kana ɗaya daga cikin mafi kyau abokai da gaskiya yar wasan kwaikwayon, a rayuwata ko da yake ba ka tsawon tare da mu a cikin dũniya, koyaushe ina roƙonka ga Allah domin ka gãfara da har abada zaman lafiya da Lãhira.

Na san cewa ka yi zaton ni mai yawa a cikin wannan rãyuwar dũniya da na ba zai iya Master ta a gabãnin a lokacin da kana tare da mu a cikin dũniya duk da haka, Ina halin yanzu Mastering shi cikin hikima.

Na kuma da kaina gode wa masu juna biyu inna Shugri Ato "The Thin Shugri" wanda ke taka leda muhimmiyar rawa domin su kawo ni, kuma na karshe gode wa tsohona, uwa, mahaifi, 'yan'uwa,' yan'uwa mãtã, danginku, da abokanku

Ba zan iya manta da godiya ga ƙaunataccena malamai da furofesoshi, wanda ya sanar da ni da in m rubuce-rubuce, ilmin harsuna, kamanta adabi da kuma siyasa.

Kana ta heroes!

My Allah ya albarkace ku.

II

A Lura daga Mawallafi

An haife ni a cikin Democratic Republic of Somalia inda na gudu daga yakin basasa a shekarar 1991 zuwa makwabtaka da Kenya inda An yi rayuwa a matsayin 'yan gudun hijira, kuma na yi} aura zuwa {asar Amirka na Amurka a shekara ta 2006 inda na zama halittarsu American Citizen.

Na yi tafiya mafi kasashen fi kowane yan siyasa da marubuta a matsayin 'yan gudun hijira bincike, jarida, tsaro gwani da kuma asashen jami'in diflomasiyyar wanda ya so ya Master harsuna da adabi, da kuma ina son ka sadu da mutane da kuma raba kowa ilmi ga mafi alhẽri mafita.

Ni mai farin ciki ya zama mashahuri malamin da wani mawallafin da suka rubuta wasu daga cikin mafi kyau littattafai a cikin wannan planetary duniya saboda ta hangen nesa manufa ba don samun arziki, ko na zama mai shahara mutum amma na so in bar muhimmanci da littattafan da yawa iya kuma za su amfana ya yi nazarin da fahimce shi haka. za su iya bauta wa bil'adama a mutunci.

Ina gaskiya shawara ka ka sami mai kyau malamin ko shawara don ya koya muku da dama wadanda mutane ilmi a cikin dũniya, alhãli kuwa kana ba ka bar addini akidarsu.

Bari mu taimake mu duniya 'yan ƙasa da kuma ci gaba a duniya a mafi aminci wurin zama a cikin salama!

Littattafai

1. Somali-Português ISBN: 9781304510006 on April 9, 1995, Nairobi, Kenya.by Badal W. Kariye.
2. Af-carabi Af-soomaali "Arabic-Soomaali" ISBN: 978-1-304-03066-5 published on 5th of May, 1996 in Nairobi Kenya by Badal W. Kariye.
3. English-Soomaali "A Teach yourself bilingual Course book," ISBN: 978-1-304-33282-0 published on on 5th of September, in 1997 by Badal W. Kariye.
4. Baro Tignoolajiga Casriga, May 4, 1997 in Nairobi-Kenya Qore/Writer Badal Kariye
5. Deutsh Soomaali ISBN: ISBN: 978-1-304-33928-7 published on June 25, 1999 in Nairobi, Kenya
6. Helping African Refugees with Small Scale Urban Programs for Survival on January 17, 1998 in Nairobi-Kenya by Badal W. Kariye
7. Ilayska Afafka Af-Soomaali-Français ISBN: 978-1-304-51538-4 "A Teach yourself Bilingual Course book," First Edition published on June
5, 1998 in Nairobi-Kenya by Badal W. Kariye, and Second Edition published on October 6, 2013 in Minneapolis, USA.
8. Français Af-Soomaali ISBN: 978-1-300-97884-8 Un livre de cours bilingues», publié le 5 June 1998, Nairobi, Kenya by Badal W. Kariye (Hunbul)
9. BARO AF-SOOMAALI-ENGLISH ISBN: 978-1-300-97795-7 Published on 20th of February, 1999, Nairobi, Kenya by Badal W. Kariye (Hunbul)
10. Norska-Soomaali Bilingual Course Book ISBN: 978-1-300-98939-4 published on June 25, in 1999, Nairobi Kenya by Badal W. Kariye.
11. KISWAHILI-SOOMAALI Hii kozi Kiswahili kwa lugha mbili-Somali ISBN: 978-1-300-97814-5 kuchapishwa kwenye Juni 25, 1999 Mjini Nairobi, Kenya by Badal W. Kariye (Hunbul) 12. SVENSKA-SOOMAALI ISBN: 9781300978572 Lär Svensk-Somaliska Tvåspråkig kursbok Publicerades Den 15 Mars, 2000 Nairobi, Kenya by Badal W. Kariye (Hunbul)
13. Español-Soomaali ISBN: 978-1-300-98174-9 published on September 15, in 2001, Nairobi Kenya by Badal W. Kariye.
14. OROMIFFA-AF-SOOMAALI ISBN: 978-1-300-97800-8 published on May15, in 2002, Nairobi Kenya by Badal W. Kariye.
15. Português-Somali ISBN: 9781304504272 published on September 9, 2002 in Nairobi, Kenya
16. Italiano-Soomaali ISBN: 978-1-304-34947-7 published on June 12, in 2003, Nairobi Kenya by Badal W. Kariye.

17. Swahili-Somali Kamusi ISBN: 978-1-4276-4479-4 "First Bilingual and Plurilingual Dictionary." published on 23th of December, 2009 by Aardvark Global Publishing Inc. Registered in UNESCO ID NO. 186772 - Swahili/Soomaali Kamusi. Af-Sawaaxili/Af-Soomaali Qamuus. Kariye, Badal Salt Lake City, UT, Aardvark Global Publishing, 2009. 545 p. (Plurilingual; Somali, Swahili). Main descriptors: Swahili, Somali, dictionaries Secondary descriptors: African languages CALL NO: D 496.354.493.5 SWA. http://unesdoc.unesco.org/Ulis/cgi-bin/ulis.pl?catno=186772&set=4B69FBEE_3_124&gp=1&lin=1&ll=1 ISBN: 978-1-4276-4479-4
18. The Chopped Love in My Heart ISBN: 978-14276-4448-0 published in 2009 P201 by Salt Lake City, UT, Aardvark Global Publishing, USA.
19. The Genius Lover "We need Family," ISBN: 978-1-4490-8209-3 (sc) ISBN: 978-1-4490-8210-9 (e) published on February 24, 2010 by Author House, USA.
20. The Kaleidoscopic Lover "The Civil War in the Horn of Africa and My Itinerary for a Peace Lover" SBN: 9781452004631 (sc) on July 20, 2010 published by Author House, USA
21. The Political Sociology of Security, Politics, Economics & Diplomacy "Quicker Academic Path for Good Governance ISBN: 9781452085463 (sc) ISBN: 9781452085470 (e) on December 16, 2010 published by Author House, USA.
22. The Queen of Lovers "We need you," ISBN: 9781463415570 published on 1st of January, 2011 by Author House, USA.
23. The Nice Lover "My Interests for Better Future," ISBN: 9781468554199 (sc) published on 17th of February, 2012 by Author House, USA.22. The Lost Lover: I Fed up With the Urbanized Lifestyle Then I Returned to the Countryside for A Wise Bride ISBN-10: 9781477278796/ISBN-13: 978-1477278796 published on 31st October, 2012 by Author House, USA
24. The Nobel Prize "I am the Knowledge Contributor for Literature & Peace in the 21st Century."
25. My Official Race To The Office of the Next Secretary-General of the United Nations ISBN: 978-1-304-35835-6 published on August 24, 2013 by Lulu
26. Soomaali-Itaaliano ISBN: 978-1-304-52321-1 published on August 29, 2013 in USA
27. Soomaali-Español ISBN: 978-1-304-51765-4 published on October 7, 2013 in USA
28. Somali-Deutsch ISBN: 9781304520319 published on October 7, 2013 in USA.
29. Soomaali Svenska ISBN: 9781304527189 published on October 9, 2013 in USA
30. SVENSKA ENGLISH "Pocket" ISBN: 978-1-304-54701-9 published on October 17, 2013 in USA.
31. DEUTSCH ENGLISH SOOMAALI ISBN: 978-1-304-54987-7 "Pocket" published on October 19, 2013 in USA.
32. ItALIANO ENGLISH SOOMAALI ISBN: ISBN: 978-1-304-55788-9 "pocket" published on October 22, 2012 in USA.

33. My Official Race To The Post of the Next Secretary-General of the United Nations ISBN:9781312123236 published on April 21, 2014 in USA
34. A Book of African Writers "Know and Read the Names of the Best African Authors, ISBN: published on June 10, 2014 in USA
35. A Book of South & North American Writers ISBN: 978-1-312-26849-4 published on June 10, 2014 in USA
36. A Book of European Writers, ISBN: 978-1-312-27415-0 published on June 12, 2014 in USA
37. A Book of Oceanian Writers ISBN: 978-1-312-27773-1 published on June 14, 2014 in USA
38. Svenska-English Svenska-Soomaali Soomaali-Svenska ISBN: 9781312325968 published on July 3, 2014 in USA
39. Deutsch-Soomaali Soomaali-Deutsch ISBN: 9781312327825 published on July 2, 2014 in USA
40. NORSK AF-SOOMAALI/SVENSKA AF-SOOMAALI ISBN: 978-1-312-33002-3 published on July 3, 2014 in USA
41. A Book of Asian Writers ISBN: 9781312516588 published on September 13, 2014 in USA
42. A Book of World Authors Or Writers ISBN: 978-1-312-51920-6 published on September 13, 2014 in USA
43. My Official Race To The Office of the Next Secretary-General of the United Nations ISBN: 978-1-312-71541-7 published on November 29, 2014.
44. The Stolen Newborn Baby In the Maternal & Child Health Clinic ISBN: 9781312768505 published on January 1, 2014 in USA.
45. If You Love Me Then Don't Get Jealousy ISBN: 9781329124486 published on May 8, 2015 in USA.
46. My Official Race To The Office of the Next Secretary-General of the United Nations ISBN: 9781329516991 published on 29th of August, 2015 in USA.
47. The Fostering Lover in Peace "Love, Hate, Crimes & Experience." ISBN: 9781329523319 published on 1st of September, 2015 in USA.
48. Поощрение Любовник в мире «Любовь, ненависть, преступления и беженцы» ISBN: 978-1-329-60887-0 опубликовано 10 октября 2015 года в США.
49. Somali Barış Teşvik, ISBN: 978-1-329-61087-3 Aşk, nefret, suç ve mülteciler: ABD'de 10 Ekim 2015 yayınlandı
50 El Fomento Del Amante De La Paz "Amor, Odio, crímenes y Refugiados" ISBN: 978-1-329-61178-8 publicada el 10 de Octubre de 2015, En los Estados Unidos de América.
51. The Best Lover For Peace in the World, published ISBN: 978-1-329-62069-8 on October 14, 2015 in USA.

52. Лучший любовник для мира во всем мире, опубликовано 14 октября 2015 года в США.
53. Mpenzi Kwa Amani Duniani, Kwa nini Umoja wa Mataifa inakiuka Sheria yake ISBN: 978-1-329-62313-2 kuchapishwa Oktoba 15, 2015 katika Marekani.
54. El Mejor Amante Por La Paz En El Mundo ¿Por qué las Naciones Unidas viola sus Charters? ISNB: 978-1-329-62306-4, Publicado el 15 de Octubre de 2015, en Los Estados Unidos de América
55. दुनिया में शांति के लिए सबसे अच्छा प्रेमी क्यों संयुक्त राष्ट्र अपने कानून का उल्लंघन करती है? ISBN: 978-1-329-62687-4 अक्टूबर १६, २०१5, उसे यूनाइटेड स्टेट्स ऑफ़ अमेरिका
56. Bästa Kärlek för Fred i Världen, Varför FN bryter mot dess lagar? ISBN: 978-1-329-62713-0, 16 Oktober 2015 i Förenta Staterna.
57.Mapagmahal sa kapayapaan sa Mundo ISBN: 978-1-329-62854-0 Nai-publish sa Oktubre 17, 2015 sa Estados Unidos ng Amerika
58. Cinta Terbaik untuk Keamanan di Dunia, Mengapa Bangsa-Bangsa Bersatu melanggar Charters itu? ISBN: 978-1-329-62866-3 diterbitkan pada 17 Oktober 2015, Amerika Syarikat
59. Le Meilleur Amant Pour La Paix Dans Le Monde ISBN: 978-1-329-62896-0, publié le 18 Octobre,
60. 最好的情人為世界和平 為什麼聯合國違反其章程？ISBN: 978-1-329-63121-2, 發表於二〇一五年十月十九日在美國
61. Promover A Paz No Mundo “Amor, Ódio, Delito & Refugiados” ISBN: 978-1-329-63368-1 publicado em 20 de Outubro de 2015 nos Estados Unidos da América
62. Der Beste Liebhaber für den Frieden in der Welt, warum die Vereinten Nationen gegen das Gesetz verstößt? ISBN: 978-1-329-63542-5 am 21. Oktober 2015 in den Vereinigten Staaten von Amerika veröffentlicht
63. أفضل محب للسلام في العالم ISBN: 978-1-329-63807-5
نشرت يوم ٢٢ أكتوبر ٢٠١٥ في الولايات المتحدة الأمريكية
64. وتعزيز العشاق في السلام ISBN: 978-1-329-64070-2
نشرت يوم ٢٣ أكتوبر ٢٠١٥ في الولايات المتحدة الأمريكية
65. KJÆRLIG FRED Kjærlighet, Hat, Forbrytelser og Flyktninger ISBN: 978-1-329-64279-9 publisert 24. Oktober 2 015 i USA
66. دنیا میں امن کے لئے سب سے بہتر کے پریمی ISBN: 978-1-329-64554-7
ریاستہائے متحدہ امریکہ میں ۲۵ اکتوبر، ۲۰۱۵ پر شائع
67. 世界における平和のため最高の恋人 ISBN: 978-1-329-64726-8, 米国で二千十五年十月 二十 六 日に公開されました
68. Parasta Rauha Maailmalla ISBN: 978-1-329-64967-5, julkaistu 27. lokakuuta 2015 Yhdysvallat
69. PHÁT HUY HÒA BÌNH ISBN: 978-1-329-65156-2, công bố trên ngày 27 Tháng Mười năm 2015 tại Hoa Kỳ

70. Il Miglior Amante per la Pace nel Mondo ISBN: 978-1-329-65197-5, pubblicato il 28 ottobre 2015 negli Stati Uniti d'America
71. Inganta Zaman Lafiya A Duniya ISBN: 978-1-329-65810-3, da aka buga a kan Oktoba 31, 2015 a Amurka na Amurka

VIII

Abubuwan ciki

Babi na Daya
Babi na Biyu
Babi na Uku
Babi na Hudu
Babi na Biyar
Babi na Shida
Babi na Bakwai
Babi na Takwas
Babi na Tara
Babi na Goma sha
Babi na Goma sha biyu
Babi na Goma sha uku
Babi na Goma sha huɗu
Babi na Goma sha biyar
Babi na Goma sha shida
Babi na Goma sha bakwai
Babi na Goma sha takwas
Babi na Goma sha tara
Babi na Ashirin
Babi na Ashirin da daya
Babi na Ashirin da biyu
Babi na Ashirin da uku
Babi na Ashirin da hudu
Babi na Ashirin da biyar
Babi na Ashirin da shida
Babi na Ashirin da bakwai
Babi na Ashirin da takwas
Babi na Ashirin da tara
Babi na Talatin

Babi na Daya

Kamar yadda na kasance mafi kyau lover a duniya, kuma na san mutane da yawa Wannan masoya a duniya na iya zaton Wannan Ni mai alfahari ga duk abin da zan yi ko ka ce Sai dai kuma, Cewa ina so in gaya muku a matsayin lover, yana da sauki son ko son wani ko wani abu amma akwai wani abu ko da yaushe cewa fascinates ka ka yi wani abu, ko kuma zãlunci da gaskiya.

Ba haka ba ne mai sauki ka sani mafi kyau lover, kuma idan kana so ka san shi ko ita to, wannan kai gwada hali bi har salon mafi kyau lover ne kamar yadda hallucinatory Freak daga inda za ka vata lokacinku don ƙarin gabata 98%.

Kuma bãbu ba zai zama mai kyau sakamakon bayan shekaru masu yawa na bincike amma akwai biyu kawai hanyoyin da za a yi m bincika ga wani mafi kyau lover, a cikin dũniya. Lalle ne, kowa da kowa daga cikin mu zai so a nemi da saduwa da daya daga cikin mafi kyau masoya domin mu'amala ko da dangantaka a da yawa hanyoyi.

To, wasu ne mafi kyau masoya Lalle ne mai kyau, haƙĩƙa, maƙaryata ne da ba su yi nufin su fara wani irin rikice-rikice, kuma suna da basira ƙware lallashe wasu daga aiki a matsayin m kamar yadda aka influencing ku.

Abin da na samu daga masu yawa masoya raba sauki ji, kuma suna son a raba su ji ga dukan kõme. Idan ba ka san wanda ya zama mafi kyau a lover a duniya? Sa'an nan ina so in gaya maka Wannan Kai ne daya daga cikin mafi kyau lover, a cikin dũniya idan dai kana amfani da cece kanka, yanayi da kuma koyar da wasu don raba samuwa albarkatun daidai da cikin hikima.

Kamar yadda duniya yawan Qara, mun sani Cewa mafi kyau masoya suna zama mafi kyau yan adawa a game da iyaka kasancewa na raba albarkatun kasa, da kuma mun ga kasashen da dama Wanne so ya gabatar takunkumi a kan wasu ƙasashe.

Saboda haka, menene muke gani?

Lalle ne, dole ne mu ilmantar da duniya yawan yin magana cikin la'akari da Kansu da kuma matsayin daya mutane a kan wannan jirgin ruwan kafin su shiga wannan duniya ta hanyar yin amfani da makaman kare dangi da aka sani da makaman nukiliya.

Kamar yadda 'yan siyasa so a fara yaki a tsakiyar babu inda Sa'ad da suka kasance a cikin ofishin sa'an nan kuma Na yi imani Wannan bã su kimanta da aftermath na rikicin Su kai kaya rikice-rikice Wanne wasu kasashen ma hadu da sako-sako da kuma tattalin arziki fama.

To, ina kula da duniya, kuma dole ne mu dakatar da siyasa laifi da suka wakilci a duniya alƙarya kamar yadda kasashen a Majalisar Dinkin Duniya kwamitin sulhu da sauran International Kungiyoyin Saboda Ba za mu iya guje wa wani atomic ragargaza tare da hannun da ba daidai ba mutane su wuta da shafe ta bil'adama a kan wannan planetary ƙasa.

Bari mu so mu gida!

Babi na Biyu

To, kowa da kowa na son rai, kuma muna bukatar mu son wannan ƙasa Domin shi ne gida. Ban sani ba idan ka lura Wannan zama 20th karni zuwa karni domin yin makamai zuwa gidan wuta.

Kamar yadda na karanta da dama gaya asirin makamai da sauran sojoji unmanned inji, ni ne da gaske mamaki Wannan da Future, bã zã Be gudana tawurin kai sarrafa kansa kuma artificially kerawa da ilimin aikin injiniya mutummutumi Wanne iya kuma zai override mutum iko da gangan.

Ga na ƙarshe kwata na 20th karni, jobs rage A cikin sauri inda kamfanonin amfani da sauya adam aiki tare da sarrafa kansa tsarin, kuma muna har yanzu tasowa blackberries kai tuki da kuma aiki aiki da kai tsarin ga duk abin da na sani, abin da ke gaba?

Wata kila, a nan gaba za mu yi mutummutumi a matsayin shugabannin Amirka, ko kasashen!

Wannan ba wani wargi.

Shi ne wani ɓangare na mai zuwa gaskiya!

Yana nasan Domin Mu, da mutãne Sono stati yarda inji ya dauki kan mu jobs, kauna da lokaci. A zamanin yau mun halarci mutanen da suke aiki ga masu zaman kansu hukumomi shawo mana yadda za mu yi amfani da dama kayayyakin a bukatar Wanne ya taba aka gwada ko yarda da gwamnatin tsara hukumomin gida, yanki da kuma duniya.

Yana da ke faruwa yau da kullum.

Kowane mutum, dabba da yanayi na da hakkin ya yi amfani da shi ko kuwa amfani da bin doka amma mun san Wancan wasu kasashe ne bisa norms da ka'idodinta kasa da kasa Attaura da Yarjejeniya Ta na Majalisar Dinkin Duniya.

Don haka, mu a shirye ta dakatar gurbace Gwamnatoci?

Kuma ta yaya za mu daina jefa-flopping da lalatar kasashen?

Za mu iya ba da dogon yarda da mu gida don zama duniya jahannama inda ba za mu iya cece bil'adama.

Na gaske kula dukan al'ummai su bi da norms da ka'idojin kasa da kasa doka kazalika da Yarjejeniya Ta da Majalisar Dinkin Duniya Willy-nilly.

Yana da matukar dadi ba Wannan yawa shugabannin da suka yi aiki a matsayin saman shugabannin Majalisar Dinkin Duniya ba bil'adama masoya Saboda suka saurari mara kirki kasashen da Su shugabanni suka kai a Su Game da al'ummai kula siyasa kasuwanci da ikirarin maimakon multilaterally.

Dole ne mu so mu gida!

Bari mu daina diplomasiyya hauka a Majalisar Dinkin Duniya.

Babi na Uku

Aiki a matsayin lauya domin ya ceci Adam, dabbobi ko muhalli ba ya bukatar ya zama baiwa, ko kuma samun digiri daga ko ina amma na bukatar ƙarfin hali tunani jiki sani, za ka iya cece Adam, dabbobi ko muhalli.

Kamar yadda Muka Ku sani Wannan farko da dan Adam an haife shi ba tare da darajõji.

Sai kawai Allah sanar da shi duk abin da ta mala'iku, da ba za mu iya yi musu gaskiyar na tauhidi mai tsarki littattafai.

To, na sani Wannan kowane mutum ne mai mafi kyau lover, a cikin dũniya Saboda Mun bai zo daga birai ko birai, kuma ba mu kasance da gaske da kashe-spring na Aden da Hauwa'u. da yawa masana kimiyya so ya rudani mutane da na ƙarya labarin mutum da duniya halittar da Mai Tsarki ya tabbata halitta.

Wannan dai shi ne mafi kyau lokaci zuwa magana da kuma raba gaskiya a matsayin daya daga cikin mafi kyau masoya a kan wannan ƙasa. Yana da ta alhakin raba ta hankali da gaskiya game da bil'adama, dabbobi da mu gida - muhalli inda ba za mu iya barin ko fita.

Mun haifa, girma kuma za su mutu a wannan duniya!

Don Allah, dole ne mu gaya mu 'yan siyasa da kuma kasashen dakatar sigina rãyuwar doomsday, kuma dole mu karfafa su, su bi da norms da ka'idojin kasa da kasa doka.

In ba haka ba, muna je ga nukiliya yaki!

Kashe shakka, al'ummai da yawa har yanzu kokarin yin makaman nukiliya da kuma mallaka blackberries fiye da wasu, alhãli kuwa mun san da gaske Wannan ba za su iya ba ko da a amince tanada amsa ga bala'o'i da wuri-wuri.

Saboda haka, menene muke ganin idan wata masĩfa ta sãme na halitta da shafin na makaman nukiliya ko sahun?

Wata kila, ba za mu iya magance wata atomic bala'i sanin, Ina bayar da shawarar zuwa shugabannin duniya da kuma International Kungiyoyin ga Aiwatar tsara manufofin ta dakatar da bukatar makaman nukiliya daga cikin biyar Dindindin 'Yan Majalisar Dinkin Duniya kwamitin sulhu da sauran kunno kai nukiliya iko.

Af, na ga mutane da yawa kunno kai iko da samun dabarbari yi makaman nukiliya a musayar na halitta albarkatun, kuma na yi imani Wannan yawa International Kungiyoyin Sono stati aiki leken asiri abokai karkashin laima na haka m wani kasa da kasa da kungiyoyi.

Duk da haka, muka gani ba leken asiri-Masters ba daga saman asirin?

Ba mu damu da yadda iko kai ne! Idan kun kasance m da bil'adama sai ku mallaka ma'aikata da za su bijirar da gaskiya ko ta yaya koda halin kaka?

Dr. Badal Kariye

Kuma idan dai 'yancin bayani yi kofofi sa'an nan na ciki da kuma na waje yi fito-blowers iya kuma zai zo a gaba ga bijirar saman asirin Ko ka so shi ko ba.

Babi na Hudu

Kamar yadda muka Riga karanta game da farko a duniya ya i da kuma na biyu a duniya ya i, muka sani Wannan na uku a duniya ya i za su kasance da m taba aukuwa Saboda Muka sanya makamai Jahannama.

A matsayin daya daga cikin duniya mafi kyau masoya lafiya, da na saba da kasashen Wanne yi ko halin yanzu neman da yaduwa daga cikin makaman kare dangi.

Da na bincikar Domin Mu ba zai iya dakatar da shi a gabãnin haka, kuma kowa da kowa yana da alhakin da aiki da kuma karfafa mutanen da ba su radiyo makaman kare dangi. Ba mu da wani gida, idan muka ci gaba da lalata mu muhalli.

Tarihi, idan kana son zaman lafiya to ku ma son yanayi. Yana da matukar bayyana Wannan muna da hanyar yin amfani da albarkatun kasa cikin hikima fiye da yin makaman kare dangi.

Na gaske kula Domin Mu Ya kamata zuba jari da kuma harkokin jama'a ilimi Sayyed.

Al'ummai da yawa yin harkokin kasuwanci Wanne cutar da mutane, da dabbobi, da yanayi, kuma mun bukaci blackberries tareda žata harkokin kasuwanci fiye da rage yiwu illolin da bil'adama.

A gaskiya na zaman lafiya shi ne, shi ne kuma zai kasance key su zauna tare a kan wannan ƙasa salama da dabbobi da kuma muhalli. Cewa idan ƙasarka yana zaton zai iya override duniya norms da ka'idojin kasa da kasa doka thei.

Kamar yadda muke co-data kasance to, muna bukatar su kusantar da mu da hankali yadda za mu iya warware rikicin duniya diplomasiya blackberries? Domin idan kasashen biyu tare da makaman nukiliya powered fara fada to, za mu gaske da m suspensions game da su don amfani da makaman kare dangi.

Da yawa kalubalen da ake faruwa a kan wannan ƙasa, da kuma wasu kalubale bukatar da za a jawabi cikin hikima kafin abubuwa, ka fita daga iko. Kamar yadda muka gani ba a nukiliya yaki zuwa nukiliya yaƙi tsakanin ko a tsakanin nukiliya powered kasashen.

Muna har yanzu tsammani wani abu iya zuwa ba daidai ba!

Wasu kasashe suna ma harming dabbobi don gwada zamani makamai, kuma mun san akwai mutane da yawa Wannan gaya labaru da rikicin Wanne faruwa a cikin tẽku da ƙasa.

Yana da matukar hikima to kira da warware rikice-rikice a gaba da shi ne daga iko.

Idan Majalisar Dinkin Duniya ba zai iya dakatar da kasa ya override da keta Yarjejeniya Ta da Majalisar Dinkin Duniya to, muna bukatar mu gaya Majalisar Dinkin Duniya Leadership Mafarin ƙi da kuma gafarta wa thew duniya 'yan ƙasa.

Babi na Biyar

Kasashen da dama ne mara lafiya ga samun da makaman kare dangi idan Muka Ku sani cewa kasashen Wanne da su arent portatili Kula da m lafiya na nukiliya Su arsenals.

Amma duk da haka, da suka mamaye sauran kasashen don bayyanar da cewa ta dakatar da yaduwa da makaman nukiliya yayin da muka sani lalle Wannan shi ne duk game da halitta da albarkatun Wanne Allah bã zuwa ga mamaye kasashen.

Kayi hakuri ka gaya gaskiya game da zaman lafiya a duniya!

Idan muna so mu zauna lafiya a kan wannan ƙasa to, za mu iya aiki tare a matsayin daya Adam Domin na yi imani Wannan babu wani mafi alhẽri daga mutãne mutãne ko da kuwa tseren ko siyasa mabiyin.

Da zarar kun kasance mutãne to, kai ne mai rai shugabannin wannan ƙasa, da hegemonic al'adunmu tsira da al'ummomi daga gabãninku, da zai tsira da al'ummomi masu zuwa.

Ba za ka iya samun duk abin da dama!

Dole ne mu fahimci Wannan muna dukan replying a kan zaman lafiya, kuma idan akwai zaman lafiya to zã mu duka tsira a kan wannan ƙasa.

Ba za mu iya sani mu kuskure a kan wannan ƙasa, alhãli kuwa mu har yanzu yin wannan kuskure yau da kullum sani, mun Kai matakin da muka yi da bazuwar harmfully nazarin halittu da makamai masu guba.

Mu ne a kan shi!

Dole ne mu dakatar da mu bad shugabannin kafin su yi wannan duniya daga iko. Idan ba su kula da zaman lafiya to muna da hakkin ya tsayar da su kafin su fara na uku a duniya ya i inda suka zai fara yin amfani da makaman nukiliya.

Kuma ba za mu iya ciyar da matalauci san, Me ya sa ake kashe mu kudi ga zamani makamai?

Ba na ƙi su daina aikata laifin 'yan siyasa, kuma sun cikinmu.

To, mutane da yawa yanzu fahimtar m 'yan siyasa suke ci da gumi sama da duniya norms da ka'idojin kasa da kasa doka, kuma su har yanzu wakiltar duniya' yan ƙasa a Majalisar Dinkin Duniya.

Ta yaya game da tunawa da abubuwa masu kyau a duniya?

To, ina so in gaya maka Wannan m 'yan siyasa ko da yaushe son su kusantar da hankali game da miyagun abubuwa a duniya, kuma sun kullum samun tafi da shi.

Mun mafi alhẽri farka kare Adam!

Babi na Shida

To, da yake shi yarda 1% na duniya yawan mallaka 83% na duniya dũkiya? Kuma me ya sa ba za mu iya raba albarkatun daidai?

To, za ka iya zama mai arziki amma ta yaya za 1% na duniya wealthiest mutane ci gaba da samun dama?

Wata kila, tattalin arziki rashin adalci a tsakanin yan adam a wasu yankunan kasa da ake MOTA KE SHAN MAI blackberries rikice-rikice fiye da komai, kuma muna daure gamuwa tattalin arziki zãlunci gida da kuma a duniya.

A lokacin da gaskiya sai ya fita da yawa a duniya dũkiya mutane amfani da kafofin watsa labarai kantuna don canja halin yanzu al'amurran da suka shafi da halitta nisha don karkata da kuma rufe har a zahirance, a duniya.

Kamar yadda tattalin arziki rashin adalci ne na kowa abu a wurare da dama, a duniya, da kuma al'ummai da yawa musunta bayar da rahoton daidai. Shin, ba ya bakin ciki abu?

A, Majalisar Dinkin Duniya Yawan jama'a Asusun da sauran International Kungiyoyin kokarin magance rashin adalci tattalin arziki da adapting talauci rage shirye-shirye.

Kamar yadda duniya yawan Qara to, za mu iya fuskantar kalubale da yawa.

Ba mu da damar A lokacin da muke hallaka mu mahaifarsa - da ƙasa!

Idan muna so mu zauna to yana da sauki a gare mu mu kare da kuma tsare mu mahaifarsa da na halitta kyakkyawa. Don Allah, ina so in gaya maka Wannan muna Kullum hallaka mahaifarsa!

Kuma muna nan har yanzu suna arziki ga kare da tsare shi kafin ya yi latti domin baƙin ciki. Na sani Wannan yawa duniya kasashen da ake Reconsidering yadda za a amfani halitta albarkatun da kuma ajiye muhalli cikin daidaituwa.

Za mu iya kawai canza mu bad halayyar idan za mu iya bi da kuma girmama duniya norms da ka'idojin kasa da kasa doka.

Na sani Wannan wasu kasashe na iya aiki ko override shi Duk da haka, dole ne mu tilasta shi tsarin mulkin kasar.

Mutane dole ne girmama da kuma raba muhalli da dabbobi da kuma wadanda ba mai rai kõme, kuma idan muka yi manufofin to, dole ne mu tilasta shi tsarin mulkin kasar ba tare da jinkiri ko fi son na musamman bukatun fiye da na kowa bukatun.

To, ruwan ne rayuwarmu, da kuma wasu masana kimiyya suna tsinkaya ruwa karanci a nan gaba, alhãli kuwa sunã ba daidai hango ko hasashen portatili Duk da haka, ruwa albarkatun dole ne a yi amfani da blackberries m fiye da wasting shi.

Babi na Bakwai

Da zarar kan lokacin da na kasance kunã contemplated yadda za a shawo mutane, Ina nufin duniya kuma 'yan ƙasa su zauna tare a kan wannan ƙasa salama amma gurbace yan siyasa da kuma sauran abokai da ake derailing zaman lafiya a duniya gida, yanki da kuma duniya.
Lalle ne, wasu daga Wadannan duniya yan siyasa da su alaƙa abokai ba kula da kwanciyar hankali na sada co-zama.

Ina son a raba gaskiya!

Riga muka gani da biyar Dindindin 'Yan Majalisar Dinkin Duniya kwamitin sulhu Shin An kasa cika da Yarjejeniya Ta na Majalisar Dinkin Duniya da ka'idoji na kasa da kasa doka.

To, idan ba za su iya warware siyasa rikice-rikice a tsakanin Biyar Dindindin 'Yan Majalisar Dinkin Duniya kwamitin sulhu, to, yana da mu nauyin, a duniya' yan ƙasa rike al'ummai da lissafi Wanne warware cikin Yarjejeniya Ta na Majalisar Dinkin Duniya da ka'idoji na kasa da kasa doka?

Abin mamaki, da Biyar Dindindin 'Yan Majalisar Dinkin Duniya kwamitin sulhu zauna da tattauna da yawa duniya rikicin yayin da wasu daga cikinsu refuels yawa gaya rikice-rikice a duniya.

Don haka, mu, duniya 'yan ƙasa dole a daina magudi kasashen da Su Gwamnatoci to derail zaman lafiya a duniya domin geopolitical bukatun. To, mun shaida kasashen kai hare hare sauran Kasashen Saboda bututu line siyasa ga iko dake juya su na halitta albarkatun.

Gaskiya ma, mun sani Cewa Majalisar Dinkin Duniya da aka kafa a 1945 ga zaman lafiya, da kuma yadda za mu iya ganin abin da yake faruwa a zamanin yau? Na zahiri sun ƙi Lokacin da na ga Majalisar Dinkin Duniya ba kaucewa daga cikin Yarjejeniya Ta na Majalisar Dinkin Duniya da na kasa da kasa norms.

Ina son in karfafa duniya 'yan ƙasa Wannan bã su da hakkin ya kare mahaifarsa tare.

Idan akwai kasashen da suke tarayya a derail zaman lafiya a duniya a Majalisar Dinkin Duniya sa'an nan kuma mu, duniya 'yan ƙasa dole ne dole dauki mataki dakatar da laifi kasashen Saboda ba mu shirye su halaka mu mahaifarsa.

Bari mu kula juna!

Na gode da gaske ga duniya 'yancin ɗan adam Kungiyoyin Saboda Suka murya na ainihi al'amurran da suka shafi Wanne watsi da Majalisar Dinkin Duniya, da kuma bayan rabin karni, shi ne unacceptable wajen yin shaida kasashen Wanne warware cikin Yarjejeniya Ta na Majalisar Dinkin Duniya da kuma kasa da kasa dokokin.

Babi na Takwas

Kamar yadda lokaci yake ba mu wata dama ta dakatar mara kirki duniya kasashen ar Majalisar Dinkin Duniya da sauran kasashen duniya gwamnati kungiyoyin to, za mu iya har yanzu kula da lafiya ko da yake Shakka zai override leƙen asiri a cikin al'ummai.

Ba na gaske so a ambaci sunayen al'ummai amma akwai 'yan al'ummai Wanne fi son da aiki sama da Yarjejeniya Ta na Majalisar Dinkin Duniya da kuma kasa da kasa norms, da kuma dole ne mu dakatar da irin wannan diplomasiyya zalunci ga m wawanci.

Mu ne a gefen nukiliya yaki!

Kuma akwai wasu wuraren da mutane suke ji tsoro, ka ko da zama cikin salama tsiwirwirinsu 'yancin kai tun da sun sani, mu a shirye su soke ƙara & hana irin wannan hadarin gaske yanayi Saboda Ba mu so su cutar da bil'adama, kuma ya halaka bil'adama.

Kullum, mu son zaman lafiya!

Bari mu yi tunanin zaman lafiya ga dukan!

To, a duniya 'yan ƙasa da zabi da aiki a gaban nukiliya yaki fara, kuma idan kana so zaman lafiya to bari mu yi aiki tare don kowa a raga. Idan muka yi watsi da gaskiyar sa'an nan Muka Ya kamata baƙin ciki shi.

A gaban doka, mun Riga halarta da biyar Dindindin 'Yan Majalisar Dinkin Duniya kwamitin sulhu kujerar naƙi yin kome da kowa kasar kai farmaki ko kare m fir'auna domin geopolitical bukatun.
Ba na so ka yi sarauta bisa facts!

Kuma na kula Adam!

Don Allah, mu, duniya 'yan ƙasa bukatar magance duniya al'amurran da suka shafi cikin hikima, da kuma dole mu daina mara kirki kasashen da su warmongering al'ummai kafin su keta yi oda na da Yarjejeniya Ta na Majalisar Dinkin Duniya da ka'idoji na kasa da kasa Attaura.

Lalle ne, dole ne mu ce babu wani karin corruptions daga cikin biyar Dindindin 'Yan Majalisar Dinkin Duniya tsaro.

Kuma ba ya zuwa marigayi da aiki da kuma yin zaman lafiya gida, yanki da kuma duniya, kuma muna da gaya mana Damuwa game da zamantakewa da kuma tattalin arziki al'amurran da suka shafi Domin shi Effects kowa ya fahimci shi.

Na san, na gaggawa mu na yanzu da kuma nan gaba shugabannin ba salwantar kudaden da keta kasa da kasa norms in ba haka ba, za mu a fuskantar m rikicin Wanne ba za mu zama “na yaki.” portatili magance.

Babi na Tara

Ba za ka iya warware abubuwa ko neman zaman lafiya sai dai idan ka san yadda za ka nemi mafita. Adam yawa da kuma bukatar da ake mota ke shan mai abubuwa da yawa a duniya amma ba shi da kyau, ka nemi makaman kare dangi a lokacin da ba za mu iya ma ciyar da matalauci, da rashin gida a kowane gari a duniya.

Ina ganin cewa yana da matukar m ga shugabannin duniya yi na ƙarya fili a podium a Majalisar Dinkin Duniya Majalisar inda suka ko da cin mutunci juna sau da dama.

To, idan kun kasance fushi da shugaban daga wata kasa to, za ka iya zãgi shi ko ta amma ba mai hikima to zãgi shugaban ko shugabannin a podium a Majalisar Dinkin Duniya Majalisar saboda Majalisar Dinkin Duniya wakiltar na kowa bukatun na duniya 'yan ƙasa.

Kuma idan kun yi nufin su zãgi shugaba ko shugabannin a podium a Majalisar Dinkin Duniya Majalisar to, kai ne m mutãne!Na saurari dama shugabannin da suka cin mutunci shugaban, shugabanni da jama'a, da kuma ban gane ba sa wasu shugabannin zo zãgi wasu a podium na Majalisar Dinkin Duniya.

Na san cewa mu mutum, muna yin kuskure amma ba za ka iya zãgi mutane wajen ka ba show kashe style. Shi ba ya bauta wa kowa bukatun ga dukan a Majalisar Dinkin Duniya. Af, muka gani daban-daban styles of mulkin kama karya haka, aka Majalisar Dinkin Duniya juya ya zama wuri azzaluman masu mulki? To, ga alama cewa Majalisar Dinkin Duniya da aka rasa yiwuwa.

Ina fatan ya jagoranci Majalisar Dinkin Duniya da nuna gaskiya, da lissafi da kuma amintacce, ni kuma zan kira duniya 'yan ƙasa da za a hau sojojin zuwa tilasta da Yarjejeniya Ta na Majalisar Dinkin Duniya da kuma kasa da kasa norms.

Ban koyi sãɓã wa kowa hankali, kuma idan na aikata shi da na kasance iya taimakawa da kuma raba ta ra'ayoyi tare da sauran mai ya duniya don haka, ina so duniya 'yan ƙasa su kalla da kuma dakatar yaduwa na makaman nukiliya.

Na san cewa akwai ko da yaushe barkwanci a cikinmu, amma mu ba a shirye su wargi da makaman nukiliya barazana.

Mun san cewa wasu al'ummai da ake inganta makamashin nukiliya fasaha damar, da kuma mãsu yawa daga gare mu ana samun poorer fiye da kafin a gare duk abin da haka, muna bukatar mu canja jima domin ya raya albarkatun.

Harming muhalli na nufin kawar Adam, da kuma abin da yake wani abu wanda ba mu so ka ci gaba a duniya. Ba zan iya tunanin da lokacin da na saurare labarai game da ɗumamar duniya.

To, wasu kasashe da shugabannin ƙaryatãwa ɗumamar duniya amma ina so in gaya maka cewa ɗumamar duniya ne hakikanin, kuma shi ya haifar mafi zafi tãguwar ruwa zuwa ko da lalata aikin gona ƙasashe da dabbobi.

Muna bukatar mu gane irin wannan duniya kalubale a Majalisar Dinkin Duniya inda za mu iya magance shi ha] a gwiwar

Babi na Goma

Mun sani cewa na al'adun kwamfuta leƙen asiri ya fara daga Biyar Dindindin 'Yan Majalisar Dinkin Duniya kwamitin sulhu, kuma suna yin duniya cinikayya da kuma tafiya ƙungiyoyi mafi hadaddun da m wuri fiye da da.

Wata kila, a nan gaba za mu yi lantarki da kuma artificially kerawa da ilimin aikin injiniya mutummutumi ya dauki iko a kan bil'adama kuma yana da siffofin na yanzu jagorancin. Na san cewa yana da matukar ban tsoro amma muna je zuwa gare shi.

Ina ganin cewa yana yiwuwa a ga sabon siffofin sarrafa kansa harkokin mulki tsarin kamar yadda muke a halin yanzu ta yin amfani da aikatawa wasu nau'i na sarrafa kansa harkokin mulki tsarin da amfani da zamani duniya sakawa tsarin.

To, ba mai hikima ga mutane su duba kuma suka aikata kõme ba su daina haka, muna bukatar mu bari inji taimake mu yi amfani da iko da rashin alheri, wasu gwamnatoci da masu zaman kansu hukumomi da aka gwaji m ayyukan.

Don haka, mu kadai?

Lalle ne, haƙĩƙa, wasu daga cikin biyar Dindindin 'Yan Majalisar Dinkin Duniya sun riga shirya ya yi amfani da artificially kerawa da ilimin aikin injiniya mutummutumi ga yaki da kuma wasu dalilai, da kuma mafiya yawa daga cikin' yan ƙasa duniya ba su sani ba shi.

Saboda haka, shi ne lokacin da za a fara karban tambayoyi da kuma neman gaskiya game da duniya harkokin, da kuma yadda mara kirki, gwamnatocin da ake planing a yi amfani da artificially da kai sarrafa kansa mutummutumi ga yaki?

Saurari yawa duniya masana da masana kimiyya suka yi magana a fili game da duniya harkokin, da kuma yadda mara kirki, gwamnatocin da ake planing a yi amfani da artificially da kai sarrafa kansa mutummutumi ga yaki?

Ba mu damu gaskiya idan dai 'yan siyasa yaudara da kyau amma su yanzu magudi da mu har zuwa derail zaman lafiya, kuma ya halaka bil'adama haka, kafin su bar mutane-mutanen inji yi iko da mu jagoranci to, dole ne mu fara kare mahaifarsa da artificially kerawa da ilimin aikin injiniya mutummutumi.

Shi ba sauki ya san duk abin da gã!

Muna bukatar mu sanar da mutane yadda za a ceci 'yan Adam da kuma amfani da ilimi cikin hikima, ba mu da ya gauraye game da yadda ake amfani da fasaha advancements amma idan wasu kasashe amfani da bari artificially kerawa da ilimin aikin injiniya inji ya yi mulkin da mu.

Mutunta 'yan adam ya zama kadai key ya ɓatar da duk abin da a kan wannan ƙasa.

Ba za mu iya yarda da biyar Dindindin 'Yan Majalisar Dinkin Duniya kwamitin sulhu da hukumomi zuwa rikici har da zaman lafiya a duniya.

Babi na Goma sha

Iko ne kawai mafi kyau a lõkacin da kana da dama tashar haka, idan ikon da aka azaba daga cikin biyar Dindindin 'Yan Majalisar Dinkin Duniya kwamitin sulhu to, wanda ya kamata mu zargi?

To, kamar yadda 'yan adam shakku ko ya manta mahaliccin a da yawa hanyoyi to, muna je ga rikicin da zai gaggauta bala'i wanda zai tunatar da mu yadda za alloli' ko Allah ne a kan mu a kowace biyu.

Bari mu tuba zunubanmu!

Mutane da dama sassa a duniya ake neman gare agaji da taimako, da kuma ba su kullum samun shi a kan lokaci. To, irin wannan talauci ne sau da yawa wani mutum ya yi rikicin, kuma ba za mu iya taimaka wa irin wannan bukatar.

Motsi mutane ko immigrating mutane ne kamar yadda kowa kamar yadda mutane bukatar ruwa da abinci a zamanin yau haka, ban san daidai abin da zai faru a nan gaba, amma dole ne mu shirya a yiwu nukiliya yaki tsakanin kasashen biyu sai daga baya a kan, watakila, wasu na iya shiga zuwa dũka da shi da juna.

Na yi imani da cewa za mu iya tafiya a cikin duniya ƙasa kuma idan sun yi amfani da makaman nukiliya to, shi ne daban-daban kwarewa da kuma rai yanayi haka, kafin irin wannan yanayi daban-daban na faruwa to, muna bukatar mu tilasta kuma bi da Yarjejeniya Ta na Majalisar Dinkin Duniya da kuma kasa da kasa norms.

Bari mu umurni zaman lafiya!

Ba na son diplomasiyya ramuwa a Majalisar Dinkin Duniya, kuma ina so in canja siyasa Wauta da wawanci daga cikin biyar gurbace Dindindin 'Yan Majalisar Dinkin Duniya kwamitin sulhu.

My hangen nesa manufa ta dakatar corruptions da kai Majalisar Dinkin Duniya shi ne ya taimaka mutãne kafin mu suka fara amfani da makaman kare dangi. Ina nufin cewa ba mu bukatar mu halaka mu gida.

Na san cewa mutane da yawa suna tunanin ya taimake sauran amma sun demoralize lõkacin da suka ga 'yan siyasa yaudarar da matsayin wannan tarihi na duk abin da.

Accelerating rikicin a Majalisar Dinkin Duniya Majalisar gauraya, kuma yana da matukar dadi ba to kira da aka sani da m mulkin shigar da lacca a gaban duniya mutane a podium da Majalisar Dinkin Duniya Majalisar.

Kowa ya san abubuwan da suka faru da kuma labarai a duniya, da kuma muna da zuba jari bayanai fasaha domin duniya 'yan ƙasa ya kamata a sami damar yin san abin da yake faruwa a?

Kuma za su iya bayar da ga wasu.

Babi na Goma sha biyu

Bayan da yawa na diplomasiyya kasawa a Majalisar Dinkin Duniya, kuma mun har yanzu suna da siyasa sabani da rikici na ignites bukatun cikin biyar Dindindin 'Yan Majalisar Dinkin Duniya kwamitin sulhu.

Na yi imani da cewa duniya 'yan ƙasa dole tafiyar kasa da kasa dangantakar da diflomasiyya daga kasa dabarun domin gyara duniya rikice-rikice lura da hakkin mutane a gaban irin wannan lalatar kasashen da' yan siyasa derail wannan kwanciyar hankali na mu mahaifarsa.

To, mun sani sosai kadan bayani game da Majalisar Dinkin Duniya System, kuma tun 1945 har ya zuwa yanzu a kan, 'yan al'ummai amfana don amfani da wannan Majalisar Dinkin Duniya tsarin to mamaye da kuma hallaka wasu kome da kowa al'ummai da rashin biyayya da Yarjejeniya Ta na Majalisar Dinkin Duniya da ka'idodinta kasa da kasa Law.

Duk norms da ake karya!

Bayan kasance ba gamsu da da na yanzu da kuma m rikice-rikice da kuma rikicin da Majalisar Dinkin Duniya sami damar magance da kuma warware yayin da biyar Dindindin 'Yan Majalisar Dinkin Duniya ne ko ta yaya baya irin rikice-rikice to, an ba mu je zuwa nukiliya yaki?

To, idan duniya 'yan ƙasa so laifi kasashen da' yan siyasa zuwa derail da kwanciyar hankali na mu mahaifarsa, muna da wani babban matsaloli don magance duniya in ba haka ba, muna shaida irin mara kirki kasashen da 'yan siyasa yaudarar mu.

Dole ne mu magance duniya al'amurran da suka shafi gida, yanki da kuma duniya, kuma shi ne lokaci da muke magana da kuma raba mu duniya al'amurran da suka shafi for mafi alhẽri mafita.

Idan diflomasiyyar kasa daga cikin biyar Dindindin 'Yan Majalisar Dinkin Duniya kwamitin sulhu to, za mu iya sa ran su yi amfani da makamai Jahannama, kuma ba mu so su yi amfani da makaman nukiliya da kuma wuta.

Na san cewa akwai kasashen biyu a Asiya wanda aka yãƙi a cikin iko da ƙasa, kuma suka yi nukiliya makami tura don yiwu biya idan daya gobara to, wasu za su amsa mugun.

Yana zuwa duniya al'amurran da suka shafi tare iya ajiye Adam fiye da shirya diplomasiyya rikicin da rikice a tsakanin Biyar Dindindin na Majalisar Dinkin Duniya kwamitin sulhu, da kuma kawai ta dakatar laifuka daga mutãne ne don kawai bi da Yarjejeniya Ta da Majalisar Dinkin Duniya & sauran kasashen duniya norms.

Muna ba ta yin amfani da hanyoyin da za a ci gaba da muke duniya zaman lafiya da muhalli da kyau.

Bari mu tattauna zaman lafiya a duniya da kuma kiyaye muhalli mai tsabta.

Babi na Goma sha uku

Na yanke shawarar raba ta sirri damuwa, da kuma yadda aa duniya ɗan ƙasa, da na suna da hakkin ya ce ba wani abu ba daidai ba tare da united Duniya System. Kuma idan na iya dakatar da siyasa laifuka kafin ta fara wani yaki.

Sai na yi imani da cewa ni yin aiki mai kyau ga bil'adama.

Kamar yadda nake da zarar tattauna tare da abokina sai mu nemi dalilin da ya sa ake duniya 'yan ƙasa ba za i da hakkin' yan takara don wakiltar saman jagorancin Majalisar Dinkin Duniya?

To, mun lura cewa, yana yiwuwa amma 'yan kasashen fi son zuwa monopolize da amfani da Yarjejeniya Ta na Majalisar Dinkin Duniya, da kuma dole ne mu dakatar da irin wannan kasashen dunƙule sama da kasa da kasa doka.

Ba wanda shi ne bisa doka.

Kada ku yi mahaukaci!

Na san cewa yana da sauki laifi wasu amma ba sauki ya zo da muhimmanci facts da cin hanci da rashawa kasashen da al'ummai da ya aiko su su wakilci mu, a kowane rukuni, a cikin kasa da kasa fagen fama.

Ba mu da hali da aiki kafin su ƙone wani yaki amma mu a kullum nuna nadãmõmi bayan mun ji zafi da dama iyaka haka, a duniya 'yan ƙasa dole zo a gaba mai tsabta da kuma tilasta da Yarjejeniya Ta na Majalisar Dinkin Duniya da kuma kasa da kasa norms.

Kamar yadda muke sanin yadda za mugun da Member Amirka, na Majalisar Dinkin Duniya aikin zamanin yau, an gaske karaya duniya 'yan ƙasa haka, dole mu ƙaryata game da irin wannan diplomasiyya illegalities faruwa a cikin Member Amirka, na Majalisar Dinkin Duniya.

Ina son in ga yadda duniya abota a cikin Member Amirka, na Majalisar Dinkin Duniya zai iya kuma zai yi yarda da ci gaba da shi da kyau.

My manufa ne kawai tada duniya 'yan ƙasa, kuma muna bukatar mu hada hannu da kuma aiki domin ya ceci mu mahaifarsa. Ba za mu iya bari 'yan mutane su wakilci duniya' yan ƙasa inda ba su yarda da su tilasta kuma bi da Yarjejeniya Ta na Majalisar Dinkin Duniya da ka'idoji na kasa da kasa Attaura.

Muna da tilasta dukan dokokin!

Mun kuma bukatar mu girmama kyau kasashen da suka yi girma jobs for na kowa bukatun 'yan adam! Ba zan iya yi shakka a ma maganar kyau kasashen da suka yayi kokarin amfani da na kowa hankali ga Fuskantar duniya rikice-rikice da mafi kyaun abin da suka sani.

Babi na Goma sha huɗu

Kuma ba ya da kyau to watch laifi kasashen da 'yan siyasa da aka derailing duniya zaman lafiya idan dai an har yanzu wakilci al'ummai, a duniya. Yana da mu aiki wajen saka idanu da kuma daidai kuskure kafin mu duk kasa cikin hatsari da wasannin.

Shi ne abu mai kyau a san cewa rigakafin ne mafi alhẽri daga magani!

A matsayin yan Adam na zaune a kan wannan planetary ƙasa to, muna da nauyi a san facts domin idan ba mu san ko neman su san shi to laifi kasashen da 'yan siyasa suna wasa da siyasa yi caca.

Kuma ba mu shirye su bari su yi caca da duniya zaman lafiya don haka, bari mu daidaita Adam!

Babu ko da yaushe wani abu ba daidai ba tare da wani jami'in diflomasiyyar ko siyasa, kuma mun san cewa wasu na iya fi so in derail duk abin da ga sirri falsafar abin da ba dace ga bil'adama.

To, na sani cewa al'ummai da yawa a cikin Majalisar Dinkin Duniya System ko a cikin sauran kasashen duniya gwamnati kungiyoyin da ake ciyar da sama tare da diplomasiyya derailments daga cikin biyar gurbace 'Yan Majalisar Dinkin Duniya kwamitin sulhu, kuma suna kokarin canza irin wannan mummunan hadarin gaske da kuma caca.

Mun ayan manta da yadda za a nemi facts?

Dole mu magance mu damuwa kamar yadda duniya 'yan ƙasa!

Ina da aka gudanar da bincike da dama gaya lokuta, da kuma wasu har yanzu suna cikin backlog fayiloli, kuma mun san cewa da yawa idan akwai abin da ma'aikata da Majalisar Dinkin Duniya aikata da m fararen hula?

Lalle, muna kuma bukatar bude backlog lokuta da Majalisar Dinkin Duniya ma'aikata, da kuma wadanda ke fama dole ne samun adalci da adalci domin dakatar da kasawa manufofin diplomasiyya da kuma tashin hankali a tsakanin al'ummai.

A, dole ne mu bude duk backlog lokuta da tsohon da kuma na yanzu ma'aikata da Majalisar Dinkin Duniya don haka, za mu iya nuna duniya 'yan ƙasa da Majalisar Dinkin Duniya shi ne kawai kasa da kasa kungiyar abin da wakilci na kowa bukatun mai ya duniya' yan ƙasa da hanyar free kuma m diflomasiyyar .

Na riga na gani isa backlog lokuta a kan tsohon da kuma na yanzu ma'aikata na Majalisar Dinkin Duniya, kuma mun sani cewa barrantacce wadanda ya cancanci adalci.

Ina ganin cewa mutane da yawa daga cikin mu mamaki da abin da suke irin wannan backlog lokuta a kan tsohon da kuma na yanzu ma'aikata da Majalisar Dinkin Duniya amma ina so in gaya maka cewa muna yin kuskure.

Babi na Goma sha biyar

Ina son in raba tare da duniya 'yan ƙasa da cewa backlog lokuta a kan tsohon ko halin yanzu ma'aikata da Majalisar Dinkin Duniya ciki har da cin hanci, sayar da sake ma su matsugunni, sayar da' yan gudun hijira abinci kayayyaki, rapes da kashe marasa laifi a kan zaman lafiya manufa a duniya ba tare da tattara bayanai ko bada diyya ga iyalan wadanda ke fama.

Don haka, idan Majalisar Dinkin Duniya ta rufe har su laifi ma'aikata da biyar Dindindin 'Yan Majalisar Dinkin Duniya Tsaro majalisa suna wasa geopolitical giya da cãca dabara don derail duniya kwanciyar hankali sa'an nan idan za mu samu adalci ga duniya' yan ƙasa?

Ina son in sanar da kai cewa har yanzu akwai mutane da yawa backlog lokuta a kan untied Duniya, da kuma kamar yadda muka tabbata cewa babu daya guda ƙuduri don magance irin wannan girma laifuka da m wadanda a duniya.

Ka gani wata kamar ni wanda niyyar su bijirar da kuma rubuta game da irin wannan laifi al'amurran da suka shafi da m mutane a duniya.

To, babban al'ummai kokarin rufe sama sabõda lalle su sun kasance mazauni ne na irin wannan shirya laifuka da m duniya 'yan ƙasa suka rayu a duniya.

Bari mu yi magana da kuma raba gaskiya!

To, mu, da duniya 'yan ƙasa dole ne magance aikata laifin gunaguni a kan tsohon da kuma na yanzu ma'aikata na Majalisar Dinkin Duniya.

Ba mu so mu bari m wadanda sha wuya fiye da a da.

Idan babu adalci a karkashin Umbrella da Majalisar Dinkin Duniya System to, su ne muka shirye da fuska da rashin adalci na nukiliya yaki da dogara a kan abin da kasar gobara gobara farko kawar da abokin gaba?

Dole ne mu magance muhimmanci damuwa ga wakiltar al'ummai da yawa a Majalisar Dinkin Duniya, da za mu iya kawo canji ga duniya 'yan ƙasa.

Na san cewa da aka samu rashin nuna gaskiya, da lissafi da kuma amintacce a cikin Majalisar Dinkin Duniya System da mambobin a cikin Majalisar Dinkin Duniya System.

Mu ne sai bakin ciki ya san facts!

To, mun yi kuskure a baya, da kuma muke yi wannan kuskure a zamanin yau haka, za mu sami shugabanci mai kyau a cikin Majalisar Dinkin Duniya a nan gaba?

Kuma idan ba mu magance aikata laifin, da diplomasiyya kasawa sa'an nan kuma mu zai rasa kasa da kasa kwanciyar hankali ma!

Babi na Goma sha shida

Abin da za mu iya yi domin ya ceci duniya? Mu mahaifarsa ne a karkashin barazana, da mutãne ne za zarga, domin mu kasance yin makamai na taro destruct a lokacin da muka ba zai iya amsa bala'o'i da wuri-wuri haka, don Allah, ina so na 'yan'uwanmu duniya' yan ƙasa su zo a gaba kuma magance muhimmanci al'amurran da suka shafi.

Kamar yadda ɗumamar duniya ya nuna to, mun sani cewa mu kasa da kasa wakilan ma yin mu mahaifarsa wani wuri na rashin tabbas a karkashin m barazana da biyar Dindindin 'Yan Majalisar Dinkin Duniya kwamitin sulhu ne da za a zargi.

Muna bukatar inshora don kula kasar nan diflomasiyya domin mu iya magance duniya al'amurran da suka shafi duniya.

Ina hakuri, ba zan iya boye da laifuka na tsohon da kuma na yanzu ma'aikata na Majalisar Dinkin Duniya, kuma idan duniya 'yan ƙasa zabe da kuma goyon bayan da ni a matsayin nan gaba sakataren-Janar na Majalisar Dinkin Duniya to, zan sanya zaman kanta kwamitin ga bincike game da ciki laifuka na tsohon da kuma na yanzu ma'aikata na Majalisar Dinkin Duniya, da waɗanda ma'aikata sami laifi sa'an nan bã zã fuskanci adalci.

Ba wanda yana Sama da dokar da Yarjejeniya Ta na Majalisar Dinkin Duniya, kuma na san cewa tsohon sakataren janar-janar na Majalisar Dinkin Duniya ya taba yi kokarin sanya da kaddamar da bincike game da ciki laifuka na tsohon da kuma na yanzu ma'aikata na Majalisar Dinkin Duniya.

To, ina son su wakilci duniya 'yan ƙasa, ni kuwa zan yi kokarin mafi kyau na ilmi ya saurari da kuma magance su damuwa a hankali haka, Ina so a tura ta' yan'uwanmu 'yan asalin duniya zuwa tsaya tare da ni!

Muna da matsaloli idan ba za mu iya magance da adalci a Majalisar Dinkin Duniya System, kuma ga alama cewa ba za mu iya ko ba za mu iya hana makaman nukiliya yaƙi tsakanin ko a cikin al'ummai.

Ban gane ba diflomasiyyar zãlunci, kuma ina so in bauta wa abin da mutunci kuma bi da Yarjejeniya Ta na Majalisar Dinkin Duniya da na kasa da kasa doka ko da kuwa tseren, addini ko akidar siyasa.

Saboda dole ne mu ceci mu mahaifarsa, ni ne da gaske tsorata saboda ba a sani ba yiwuwa.

Ba na amince da mara kirki kasashen da mulkin wanda mulkin al'ummai ba bisa ƙa'ida ba shekaru.

Don Allah, idan kun kasance a duniya ɗan ƙasa to, dole ne ka san yancin inda magance ta idan akwai bukatar.

Ina nufin shi!

Babi na Goma sha bakwai

Kamar yadda al'ummai da yawa karya Yarjejeniya Ta na Majalisar Dinkin Duniya da ka'idoji na kasa da kasa Attaura sa'an nan muna da wani babban matsala warware kafin mu nemi adalci ga duk haka, mu a shirye don fara daga kasa zuwa sama makircinsu ya zauna siyasa bambance-bambance a tsakanin Dindindin mambobi ne na Majalisar Dinkin Duniya.

Ba na yi imani da cewa mu suna shirye su yi haka!

Abin da kuke game da Majalisar Dinkin Duniya?

Don Allah, ina so in sanar da kai cewa akwai kuma nazarin halittu da kuma sinadaran yaki daga cikin biyar Dindindin na Majalisar Dinkin Duniya, da injiniya sabon ƙwayoyin cuta sabõda haka, mu ma a shirye su daina nazarin halittu da kuma sinadaran yaƙi?

Bari mu daina kafin su yi karin ƙwayoyin cuta da cutar Adam a da yawa kusassari na rashin tabbas yaƙi.

Magance duniya al'amurran da suka shafi farkon iya taimaka mana ajiye kudi da lokaci kafin a yaki karya fita haka, mu, duniya 'yan ƙasa bukatar yin amfani da farkon gargadi alamu zuwa gane da warware rikice-rikice.

Mai yawa rikicin faru idan kuma a lõkacin da mutãne ba su magance rikice-rikice.

Mutane dole warware sabani ko da yaushe yana daukan? Idan ba mu yi kokarin sauki da kuma wanda aka daidaita mafita kawo karshen kuma rage girman mu bambance-bambance to, muna da wani babban matsala saboda wasu daga mu iya amfani da makaman jahannama!

Wannan shi ne ya san mu mahaifarsa!

Kamar yadda muke koyo da yawa fallasa saman asirin a duniya to, mun sani cewa Majalisar Dinkin Duniya da aka kiyaye kanta low profile magana da bijirar mafi saman asirin da wasu 'yan kasashen ko amfani da shi ta hanyar Majalisar Dinkin Duniya.

Facts ne bayyananne a zamanin yau da mambobin a cikin Majalisar Dinkin Duniya keta Yarjejeniya Ta na Majalisar Dinkin Duniya da kuma kasa da kasa norms haka, ta yaya za mu daina irin wannan take hakki?

Dole ne mu kasance a shirye don magana a kan shi!

Da yawa kasawa ne da za a zargi ga matalauta jagorancin tsohon sakataren janar-janar na Majalisar Dinkin Duniya.

Ya kamata mu yi magana da muhimmanci kõme ne.

Babi na Goma sha takwas

Tabbata cewa mun sanya da dama 'yan takara dauka key posts a cikin Majalisar Dinkin Duniya System a game da kasa wakilci haka, za mu iya ci gaba zaman lafiya a duniya ta kowane hali.

Mun yi kasawa kafin tare da tsohon nada jami'ai suka ƙaryata ko da ya cika da Yarjejeniya Ta na Majalisar Dinkin Duniya da kuma kasa da kasa norms, kuma sun yarda da mara kirki, kasashen yi siffar Majalisar Dinkin Duniya bad, da kuma wani wuri zuwa umurni ga yaki.

Dole ne mu umurni zaman lafiya!

Don Allah, muna da hakkin ya tattara da kuma tattauna al'amurran da suka shafi duniya.

Sata mutane na halitta albarkatun da lokacin da na fara yaki suka hanyar mara kirki, diflomasiyya a Majalisar Dinkin Duniya inda shugabannin duniya zo da muhawara kõme ba fãce alhẽri ga kasashen kawai, alhãli kuwa sũ, bã su magance duniya al'amurran da suka shafi gida, yanki da kuma duniya.

To, idan kana so ka sami ƙarin hujja to, zan karfafa ka ka yi bincike.

Ta ba mu da wata hanya ta gudanar da bincike da kuma gabatar da gaskiya game da shirya laifi corruptions a cikin Majalisar Dinkin Duniya System da sauran a hankali alaƙa kasa da kasa da kungiyoyi.

Saboda haka, idan kuna son zaman lafiya to ku mafi alhẽri husũma a kansa.

Zaman lafiya na bukatar kai hadaya ga umurni da fadawa mutane yadda za su yi aiki da warware rikice-rikice a gaban wani yaki yana farawa tsakanin ko daga gare su.

Duniya 'yan ƙasa ne ba a shirye domin yaki a kawo karshen Adam!

Ba mu har yanzu ba a nan shiryayye don magance rikice-rikice a gaban miyagun abubuwa na faruwa ta kowane hanya.

Mun sani cewa mafita zo bayan mun gwada.

Amma babu wani madadin idan wani nukiliya yaki ta fara a tsakanin biyu nukiliya Powered kasashen.

Ina son ansu rubuce-rubucen duk abin da lokacin da na samu farin ciki da haka, ta yaya game da wani mutum wanda ba ya daraja Adam?
To, a tsoron bambamce!

Saboda nukiliya bukatar ƙãra ga ƙarnin, da kuma wasu kasashen lallashi shi a asirce.

Ka kasance Hankali!

Babi na Goma sha tara

Kamar yadda duniya gida ce da yawa siffofin rayuwa inda muna bukatar mu mayar da hankali da kuma amfani da albarkatun kullum a yarda yanayi, saboda ba mu so mu rasa dacewa.

Na ce mata motsin zuciyarmu a kan diplomasiyya setbacks sau da dama kafin, ya rubuta littattafai da dama game da siyasa yaƙin neman zaɓe gudu ga post na babban sakataren bin Majalisar Dinkin Duniya.

Na ba ta 'yan'uwanmu' yan ƙasa na duniya, da cewa hanyoyin da za mu iya dakatar da siyasa da diplomasiyya rushewar da cin hanci da rashawa a tsakanin biyar mambobi ne na kwamitin sulhu na Majalisar Dinkin Duniya.

Kuma na dage farawa daga mai yawa hanyoyin da za a kawo canji da kasa manufofin.

Na shawara cewa duniya ta 'yan ƙasa wajen saka idanu da kuma lura da abin da aka faruwa a duniya?

To, ba zan iya gaya maka cewa za mu iya ba iya ji rauni jami'in diflomasiyyar da siyasa majalisar, da ya aiko a cikin kasa da kasa fagen fama, to ci gaba da ɓatar da duniyar zaman lafiya.

Ba za mu koma baya, ta dakatar da wadannan hargitsi a Majalisar Dinkin Duniya, wanda yake shi ne dalilin da ya sa na lasashen ga babban jami'in gudanar da Majalisar Dinkin Duniya? Don haka, idan kana so ka zama da kuma aiki cikin salama.

Don Allah, ina so kowa ya goyi bayan 'yan takarar da suka yi abin da ya gani daga mutãne, to ku zo da gaskiya.

Ina gaya zauna tune ga duniya labarai, kamar yadda wasu tashoshi da ake canza labarai daga wannan harshe zuwa wani don ya san facts da dakatar da almara labarai, kuma na gaske gode a duniya kafofin watsa labarai, waɗanda suka yi yanke shawarar ba, su ɓõye gaskiya daga m cin hanci da rashawa a tsakanin biyar dindindin mambobi ne na kwamitin sulhu Majalisar Dinkin Duniya.

Dole ne mu gode dukan waɗanda suka bauta wa ãdalci ga bil'adama.

Ina ganin cewa 'yan ƙasa na duniya sun gaji da siyasa da diplomasiyya kasawa, kuma har yanzu muna da lokacin da aiki da kuma dakatar da irin wannan kasawa tsakanin kwamitin sulhu na Majalisar Dinkin Duniya, kafin su fara harbi makaman kare dangi.

Idan ba mu yi aiki na farko, sun so! Na san cewa mutane son su ji da gaskiya!

Bari mu taimaka wa marasa laifi wadanda ke fama da wani kasawa manufofin a Majalisar Dinkin Duniya.

Babi na Ashirin

Ina son kowane ɗan ƙasa na duniya don fara wata Tsarin tushe na yaƙin neman zaɓe zuwa zaben su nan gaba shugabannin, wanda zai wakilci a kasashen duniya kungiyoyin, saboda muka gani lalace kasashen da 'yan siyasa da aka yaudarar facts da general aiki ne na Majalisar Dinkin Duniya tun 1945.

Na yi imani da cewa muna bukatar mu san cewa mafi kyau da kuma mafi yawan abin dogara kasa da kasa mutane su dauki saƙonni sabõda haka, bã zã su wakilci na kowa bukatun da 'yan ƙasa na duniya, shi ne sau da yawa, amma ba da siyasa bukatun da' yan Amirka, wanda ya yi imani da cewa sun kasance sama na kasa da kasa norms.

To, shi ya faru a kowace rana! Wannan ya dakatar da lokaci!

Mu, 'yan ƙasa na duniya da ake rasa amincewa a Majalisar Dinkin Duniya.

Na yanke shawarar gudanar da post na babban sakataren Majalisar Dinkin Duniya, kuma ina so su daina zalunci diflomasiyyar da duniya 'yan ƙasa suka fafitikar su tsira da kawo yara a karkashin yanayi ba a sani ba ko aka sani a ko'ina cikin duniya.

Daya daga cikin mafi munin bayani shi ne ya sanya da kuma maye gurbin sakataren MDD na Majalisar Dinkin Duniya tare da sauran tsohon jami'in diflomasiyyar da suka lalace yi aiki tare da Majalisar Dinkin Duniya a daban-daban matsayi, da kuma Abinda shi ko ita zai fi son ya zama babban sakataren Majalisar Dinkin Duniya domin su kara diplomasiyya wreck.

I, na sani cewa wannan zai faru, kuma ba mu, da 'yan ƙasa na duniya ya kamata la'akari da irin mutanen da gudu kuma ka riƙe sakataren MDD na Majalisar Dinkin Duniya, da ya bayyana sarai cewa sun kasance, ko ko suna da key siyasa matsayi a cikin Game da kasashen.

To, wasu 'yan takara sun ma yi aiki a matsayin ministocin karkashin m da undemocratic gwamnatocin cewa zaben zamba a tsawon shekaru.

My shawara ga duniya ta 'yan kasa a hankali nazarin mafi kyau halaye na' yan takara da suke so su gudu ga post na babban sakataren Majalisar Dinkin Duniya da sauran kungiyoyin kasa da kasa adalci.

I, na sani cewa wasu 'yan takara na iya zaton cewa wannan wata siyasa vendetta duk da haka, Shi ne duniya 'yan ƙasa su san wanda na da hakkin ya biyu da Sakatare Janar na Majalisar Dinkin Duniya.

Mun riga mun ga da m kasawa a cikin Majalisar Dinkin Duniya, da kuma bayan 70th ranar haihuwa, duniya kasashen a Majalisar Dinkin Duniya dole aiki ta dakatar da saduwa da lalatar kasashen zo da Majalisar Dinkin Duniya a cikin wani diplomasiyya gazawar.

Babi na Ashirin da daya

Da diplomasiyya da siyasa matsayin na biyar Dindindin 'Yan Majalisar Dinkin Duniya kwamitin sulhu dole ne free, kuma m diflomasiyyar amma yana da matukar wuya a yi amfani da gaskiya da kuma free diflomasiyyar idan kuma a duk lokacin da suka fara yaki a tsakãninsu.

Kamar yadda muka gani ga ƙarnin to, Biyar Dindindin 'Yan Majalisar Dinkin Duniya kwamitin sulhu ya yi yawa kasawa, kuma su yanzu yin aikin yaƙe-yaƙe a tsaya takarar kasashen duniya.

To, shi ne mai haske cewa muna shaida diplomasiyya derailment da sabani a tsakanin Biyar Dindindin 'Yan Majalisar Dinkin Duniya kwamitin sulhu, ba za mu iya gyara su kuskure saboda ana la'akari da aiki sama da Yarjejeniya Ta na Majalisar Dinkin Duniya da na kasa da kasa norms.

Mu, duniya c 'yan ƙasa dole ne ka bari' yan mara kirki, kasashen to yi caca da duniya kwanciyar hankali.

Ina ganin cewa kasa line shi ne ya tilasta kuma bi da Yarjejeniya Ta na Majalisar Dinkin Duniya da kuma kasa da kasa norms in ba haka ba, muna je ga nukiliya yaki a tsakanin kasashen wanda aka gorin a yi amfani da su idan tsokani.

M, bã mu da wani tabbaci ga duniya aminci!

Kuma duk da haka, wannan lalatar kasashen da kasashen so su mamaye key siyasa da diplomasiyya posts a cikin united Duniya System, kuma mun, duniya 'yan ƙasa dole ne kalla duniya aminci da kuma wanda ya kamata kai mu a Majalisar Dinkin Duniya?

Ba diplomasiyya ƙarya ga duniya 'yan ƙasa!

Ta yaya muka yarda da shugabannin duniya aikata kisan gilla,? To, mun sani cewa Majalisar Dinkin Duniya a yarda da irin wannan da kisan gilla, ya dauki wuraren wurare da dama a duniya, kuma muna halin yanzu shaida mafi tsari da kisan gilla, da al'ummai a cikin Majalisar Dinkin Duniya.

Mu, duniya 'yan ƙasa za su kara abũbuwan amfãni ga wannan An kasa kasashen su ci gaba da diplomasiyya cikas a tsakãninsu da ya haifar don yana komawa da na kowa bukatun na duniya' yan ƙasa. Mu son bil'adama da zaman lafiya!

Na yiwu so su gudu ga babban sakataren Majalisar Dinkin Duniya a 2016, kuma na san cewa za a lalatar kasashen da za su gudu a gare shi ta hanyar siyasa lobbyists ko da taimako na kasashen wanda da musamman bukatun su override da Yarjejeniya Ta na Majalisar Dinkin Duniya da kuma kasa da kasa norms.

To, mu ma da ciwon matsaloli tare da fashin teku da kuma na kasa da kasa cinikayya a matsayin masu yawa duniya wucewa hanyoyi da samun karin hadarin gaske saboda Biyar Dindindin 'Yan Majalisar Dinkin Duniya ne ya zama blames.

Mun mafi alhẽri warware rikicin a Majalisar Dinkin Duniya cikin hikima!

Babi na Ashirin da biyu

Na fahimci cewa kasa da kasa diflomasiyya ne a karkashin barazana, da Biyar gurbace Dindindin 'Yan Majalisar Dinkin Duniya kwamitin sulhu da Chanting Ƙasa ne da alhakin haka, mu a shirye su tsayar da su?

Na san cewa wasu daga cikin mu iya ganin cewa shi ne kawai laifi amma wannan ba m sun kuma mara amfani kuka, muna da magance da gaske a gaban duniya ɗan ƙasa ta dakatar bad kulla a tsakanin al'ummai, a cikin Majalisar Dinkin Duniya.

Ni farin cikin tsaya ga bege kawo canji ga duniya 'yan ƙasa!

Ba na so a kai na duniya kungiyar da laifi kasashen en a cikin ni'imar kai sanya keda daukaka, alhãli kuwa sun yi nufin su karya Yarjejeniya Ta na United da sauran kasashen duniya norms.

Ya kamata mu kula mahaifarsa mafi alhẽri daga 'yan mara kirki, kasashen suka yi okin ya fara yaki ta kowane hanya.

A bayanin da na duniya ne mafi sauki don samun damar da shi ta hanyar da yawa hanyoyi, kuma duk da haka, yawancin duniya 'yan ƙasa ba zai iya samun damar shi saboda haka, na gaske ba su sani ba me ya sa Majalisar Dinkin Duniya kwamitin sulhu ba su yin dama kasuwanci ga duniya 'yan ƙasa?

Af, za mu yi ilmantar da jama'a game da duniya inda ba su yi zaton shĩ ne mahaifarsa inda ya kamata su rayu a kai salama. Ta yaya game da dabbobi da kuma yanayi.

Ina ganin cewa kowane rai cancanci zaman lafiya!

Da zarar na tafiya kamar yadda wani bincike, da kuma na sadu da mutane a fadin duniya, domin ya tambayi abin da suka so in ga a United al'ummai, lalle ne, sũ, bã sani game da Majalisar Dinkin Duniya, da kuma wannan ba mai kyau ãyã.

Idan na zama sakataren MDD na Majalisar Dinkin Duniya, na yi alkawari zuwa tilasta da Yarjejeniya Ta na Majalisar Dinkin Duniya ya kuma bar duniya 'yan ƙasa su koyi' yancinsu ya Sue laifi kasashen da suka baci sama da Yarjejeniya Ta na Majalisar Dinkin Duniya da na kasa da kasa norms.

Bari daina sau biyu misali diflomasiyya a tsakanin Biyar Dindindin 'Yan Majalisar Dinkin Duniya kwamitin sulhu da ya nada' yan leƙen asirin, kuma na san abin da Majalisar Dinkin Duniya System da aka kasawa da derailing tun 1990s har yanzu.

Farauta laifi kasashen za su kasance hanya mafi kyau wajen kawo karshen take hakki da duniya 'yan ƙasa!

Muna ba da sayen mafi diplomasiyya kasawa a Majalisar Dinkin Duniya kwamitin sulhu ko wani kasa da kasa da kungiyoyi wanda wakiltar duniya dabi'u karkashin su ta hanyar-dokokin.

Babi na Ashirin da uku

Na yi imani da cewa duniya 'yan ƙasa dole ne umurni da zabi da hakkin dan takarar zama su sakataren MDD na Majalisar Dinkin Duniya, kuma babu wata hanya ce ta yin kyau bayar da shawarwari ga mafi alhẽri jagorancin.

Na gode ya damu duniya 'yan ƙasa suka fi son zuwa umurni yan-adam!

Kuma ya kamata mu karfafa shugabannin duniya ilmantar da mutane da kyau game da Yarjejeniya Ta na Majalisar Dinkin Duniya da kuma sauran kasashen duniya norms. Muna bukatar mu tilasta duniya da ilimi ga duk!

Don Allah, ba na so su zarga da wasu suke bauta wa da mu fairly.

Shi ya shafi ni a raba abin da yake daidai a gare mu? 'Yan adam yi yawa dokokin saba wa addini da sauran halitta dokokin amma mu har yanzu yin dokokin da ba mu cika da shi.

Ban nemi bad tambayoyi ga duniya 'yan ƙasa, kuma haka, ba zan iya yi shakka a kalubalanci laifi kasashen da abin da iko suke da tasiri da kuma derail zaman lafiya a duniya.

Shi ya sa hankalta kawo canji ga Majalisar Dinkin Duniya bayan mun riga mun ga diplomasiyya kasawa da tit for Tat MOTA KE SHAN MAI manufofin daga cikin biyar Dindindin 'Yan Majalisar Dinkin Duniya kwamitin sulhu.

Bari mu ci gaba a duniya mafi aminci wurin nan gaba!

Na san cewa ya kamata mu gyara wani abu idan yana da ƙarƙashin kowa sha'awa ga duniya kwanciyar hankali, da kuma dã ba mu kawai bari kasashen hukunci a gare mu don haka, za mu iya tafiyar gyara kura-kuran.

Idan kana so ka gyara kasawa manufofin to, ku m kira damu sassa kafin makinfg kai propelled yanke shawara. Ina ganin cewa za mu iya kira duniya 'yan ƙasa da kuma tafiyar da su warware diplomasiyya wasanin gwada ilimi a Majalisar Dinkin Duniya da kuma kungiyoyin kasa da kasa.

I gudanar ya san kuma samun feedback na Majalisar Dinkin Duniya Majalisar tun 1991 har zuwa yanzu, kuma ina iya gaya kõme ba ya canza inganta da Universal Declaration of Human Rights da.

Ba mu so mu rikici har da zaman lafiya a duniya!

Mu, duniya 'yan ƙasa suna kuma ciyar da up for siyasa tasiri da mamaye ko kawar da wasu a cikin Majalisar Dinkin Duniya System, kuma wannan dole ne a daina domin su ci gaba da mahaifarsa a matsayin mafi aminci fiye da komai!

Na so cewa da yawa za su fahimta ta nuna damuwa!

Babi na Ashirin da hudu

Na san ni hangen nesa manufa iya kuma zai tilasta da Yarjejeniya Ta na Majalisar Dinkin Duniya da kuma International norms domin na zama marasa lafiya na diplomasiyya kasawa da kuma manufofin daga cikin biyar Dindindin 'Yan Majalisar Dinkin Duniya kwamitin sulhu.

To, wasu jami'in diflomasiyyar sanya diplomasiyya kasawa a matsayin kasuwanci to ja mu daga cikin sabo ne rikice-rikice a lokacin da muka warware wasu sabõda haka, za mu ba su yarda da irin wannan kokarin diplomasiyya kasawa da kuma manufofin.

Na karfafa ta 'yan'uwanmu' yan asalin duniya su fahimci 'yancinsu kamar yadda duniya' yan ƙasa, kuma ya kamata mu ba kawai zargi amma wannan ne mu hakkin ya san abin da waɗannan nada kasashen suke yi?

To, mun sani cewa akwai da dama na kasa da kasa kungiyoyin wanda aka aiki tare da Majalisar Dinkin Duniya, kuma waɗannan kasa da kasa kungiyoyin kasa tilasta kasa da kasa norms domin ta dakatar da yawa diplomasiyya kasawa da kuma manufofin.

Af, mun shaida da yawa duniya laifuka kara a duk lokacin da akwai, shi ne kuma zai kasance daga Biyar Dindindin 'Yan Majalisar Dinkin Duniya, kuma mun san cewa shi ne unacceptable ga duniya' yan ƙasa!

Na yi sa'a ya tattara bayanai da dama na duniya kasawa inda kasashen ci da gumi har da mafita domin ba su son kawo karshen rikice-rikice siyasa, kuma ba wanda blames su, kõ kuwa tsaya a nan ba su ba bisa doka ba ayyuka a Majalisar Dinkin Duniya kwamitin sulhu.

Mun san cewa ko da tsohon sakataren-janar-janar na Majalisar Dinkin Duniya ya aikata laifuka da kuma corruptions, kuma sunã tafiya hanya yardar kaina haka, ya diplomasiyya rigakafi da aka ba su, su karya Yarjejeniya Ta da Majalisar Dinkin Duniya?

To, cin hanci da rashawa ne mai laifi!

Idan ka yi wasu corruptions a matsayin Sakatare Janar na Majalisar Dinkin al'ummai, kunya ku!

Duniya 'yan ƙasa dole ne ka san m corruptions da za a tuhuma da shi.

Idan muka bari kowane jami'in diflomasiyyar wanda ba'a cikin Yarjejeniya Ta na Majalisar Dinkin Duniya da kuma kasa da kasa norms to, muna da wani babban matsala don magance duniya kafin ya yi latti.

Kãwo wani uzuri ga criminally shiryayye kasashen da nada 'yan siyasa, ni da lafiya wajen yin shaida mafi duniya laifuka karuwa, ya kamata mu yi kokarin rage shi.

Ina ganin cewa za mu iya rage m corruptions da laifuka a duniya.

Babi na Ashirin da biyar

Na ainihi ba na son a lokacin da kasashen aiki da kuma warware duniya al'amurran da suka shafi matsayin nisha a lokacin da haka mutane da yawa m mutane suna yunwa ta fara addabar, mutuwa ko fama da bala'o'i, a duniya.

To, ina so in magance duniya al'amurran da suka shafi karin bayyane fiye da kawai mai danko tare da dokokin pross da fursunoni a diflomasiyyar, kuma muna bukatar mu yi da 'yancin abu zuwa ga mutãne, kuma mahaifarsa - ƙasa!

Ina bukatan kowa da kowa ya fahimci cewa kowace jami'in diflomasiyyar wanda ke aiki a Majalisar Dinkin Duniya dole ne tilasta kuma bi da Yarjejeniya Ta na Majalisar Dinkin Duniya da ka'idoji na kasa da kasa doka.

Kuma ba ya da farin ciki rikici har da dokar!

M mutane samu m da kuma matsalolin da za su iya magance shi ba don haka, mun sani cewa mutane da yawa duniya matsaloli fara, fara da zai fara daga mara kirki, kasashen da suka wakilci biyar Dindindin 'Yan Majalisar Dinkin Duniya kwamitin sulhu.

Ba mu so mu duniya matsaloli da biyar Dindindin 'Yan Majalisar Dinkin Duniya kwamitin sulhu spearheads da invests zuwa derail ko halakar barga al'ummai a duniya.

Mun riga mun ga na biyar Dindindin 'Yan Majalisar Dinkin Duniya kwamitin sulhu kudade da kuma tara makamai daban-daban muni yan bindiga a kusa da kusa, kuma su gaya mana cewa muna yin babban aiki ga bil'adama.

Bari mu daina laifuka!

Na wani lokaci sake tunani da yawa duniya al'amurran da suka shafi wanda Biyar Dindindin 'Yan Majalisar Dinkin Duniya kwamitin sulhu da aka zuba jari ba bisa ƙa'ida ba, kuma sun fice, ya rufe har su alamu.

Don Allah, idan ka halarci duniya laifuka to, za ka iya tuntu ga International 'yan sanda da aka sani da "The Interpol" taimako ta dakatar da kama laifi kafin su yi karin laifuka a gida, yanki da kuma duniya.

Lalle ne, ga alama zuwa gare mu, International 'yan sanda da aka sani da "The Interpol" ba su yi kyau aiki ga duniya amma bã haka, za ka iya bayar da rahoton laifuka ga' yan sandan kasa da kasa da aka sani da "The Interpol".

Kamar yadda mãsu laifi na kowane irin suna daga gare mu, kuma muna bukatar mu sanar da m mãsu laifi ga ta dace dalĩli a gare dalilai da yawa domin ba mu san abin da za su iya yi a kasar ko kuma fadin iyaka.

Ku kasance lafiya!

Babi na Ashirin da shida

Ba zan iya yi imani da cewa Biyar Dindindin 'Yan Majalisar Dinkin Duniya zai sun fara wani yaki da kowane ɗen da makamai da dama tribal da kuma addinin gagararru wanda fyade da kuma kashe da yawa m wadanda a wurare da dama a duniya.

Misali; ka san abin da ya faru a kasashen da dama a duniya?

Ba mu so ka yi amfani da sunayen da kasashen masterminded? Duk da haka, mu, duniya 'yan ƙasa dole ne ka bari m kasashen da siyasa Figures kamar Sarakuna, Queens, Sultans ko' ya'yansu don tsara da kisan gilla, a duniya.

Abin da ya unacceptable mulkin!

Ina nufin cewa kadai hanya ta dakatar da 3rd duniya yaki, dole ne mu cika da Yarjejeniya Ta da Majalisar Dinkin Duniya kwamitin sulhu da ka'idoji na kasa da kasa Attaura.

Ba za mu iya rock da kuma yi tare da diflomasiyya don derail duniya kwanciyar hankali!

Wata kila, shi ne zai yiwu cewa wasu shugabannin duniya ya zo ga Majalisar Dinkin Duniya don sadaukarwa?

Mun sani cewa shugabannin duniya zo da magana a podium da Majalisar Dinkin Duniya Majalisar, da kuma wasu shugabannin duniya fara defamatory jawabin da shugabannin duniya wanda suke da siyasa sabani a gare musamman manufofin.

Don haka, ba mu da su amince da irin wannan zalunci diplomasiyya a Majalisar Dinkin Duniya Majalisar ,.

Kowane daki-daki, daga cikin zalunci diflomasiyya a Majalisar Dinkin Duniya shi ne a yanzu kamar yadda na kowa da shugabannin duniya ko da fara zãgi juna a podium a Majalisar Dinkin Duniya Majalisar.

Kuma wannan dole ne a daina!

Shin bayyana take hakkin ya zãgi wasu a podium a Majalisar Dinkin Duniya Majalisar?

To, shi ya faru kafin saboda shugabannin duniya ba, kuma wasu na iya ba cika da Yarjejeniya Ta na Majalisar Dinkin Duniya da kuma kasa da kasa norms, kuma wannan shi ne mugun Shu'umcinku.

Ba za mu karya dokoki.

Babi na Ashirin da bakwai

Ina fatan cewa duniya 'yan ƙasa dole ne ku sani cewa Biyar Dindindin' Yan Majalisar Dinkin Duniya kwamitin sulhu ya kashe nazarin halittu yaƙi manufofin, kuma suka kasance sunã yin amfani da nazarin halittu yaƙi ƙwayoyin cuta to ta'ada kowa da kowa da kome da kome.

Ku suna ta, da abinci sarkar, aikin gona da muhalli haka, mu, duniya 'yan ƙasa dole ne ka ce wa da biyar Dindindin' Yan Majalisar Dinkin Duniya kwamitin sulhu cewa mun riga mun ga isa ya rikicin.

Isa Ya isa! Shi ne mafi cewa da biyar Dindindin 'Yan Majalisar Dinkin Duniya kwamitin sulhu dole a daina samar da da kuma zuba jari nazarin halittu da makamai masu guba domin cutar da marasa laifi da mutane a duniya.

Ba hujjoji da ake bukata domin duniya 'yan ƙasa sun halarta nazarin halittu ta'addanci irin su cutar, Anthrax da sauran gaya cututtuka haka, shi ne mafi kyau lokaci zuwa gaya wadannan laifi kasashen da' yan siyasa ba don tsara high mace-mace a cikin duniya.

Zai yiwu, Lafiya ta Duniya ne ya zargi irin wannan nazarin halittu ƙwayoyin cuta ko hadura saboda a lokacin da nazarin halittu ƙwayoyin cuta cutar wani wuri a duniya, kuma sun yi kokarin magance to, yana da matukar fili cewa ba za su iya magana ko share abin da dakin gwaje-gwaje da aka kerawa da ilimin aikin injiniya irin wannan nazarin halittu yaƙi ƙwayoyin cuta.

Gaskiya ne!

Zan iya gaya muku cewa akwai ba kawai kuma babu ba kawai a siyasa yaki daga cikin biyar gurbace Dindindin 'Yan Majalisar Dinkin Duniya kwamitin sulhu amma sun kashe da kuma amfani da irin wannan nazarin halittu yaƙi ƙwayoyin cuta kai farmaki juna, da kuma wani lokacin kuskure iya faru a cikin da ba daidai ba inda.

To, ba zan iya kiran irin wannan nazarin halittu yaƙi ƙwayoyin cuta, da shiru kisan kare dangi wanda ba wanda ya san ko bayani da shi gida, yanki da kuma duniya, da kuma na kasa da kasa kungiyoyin ma fifita kada su gudanar da bincike da wanda yake a bayan irin wannan nazarin halittu yaƙi ƙwayoyin cuta?

Lokacin da ya kamata mu gaya gaskiya ga duniya 'yan ƙasa ne yanzu, kuma na san cewa Biyar Dindindin' Yan Majalisar Dinkin Duniya kwamitin sulhu ake messing sama da duniya m co - kasancewar a da yawa hanyoyi.

Kuma dole ne su zuba jari nazarin halittu da kuma sinadaran yaƙi ƙwayoyin cuta da kuma makamai zuwa ta'ada m duniya 'yan ƙasa a duniya.

Ina so in yi umurni da dakatar da ba bisa doka ba zuba jari daga cikin wadannan nazarin halittu da kuma sinadaran yaƙi ƙwayoyin cuta da makamai, da kuma duk wani abin da dakunan gwaje-gwaje ki bi da Yarjejeniya Ta da Majalisar Dinkin Duniya & cikin ka'idoji na kasa da kasa Attaura.

A, za mu iya dakatar da zuba jari na nazarin halittu da kuma sinadaran yaƙi ƙwayoyin cuta da kuma makamai.

Babi na Ashirin da takwas

Bayan shekarar 1991 akwai mutane da yawa da kisan gilla, da muka rubuta game amma na gaske imani da cewa wadannan 'yan siyasa suke m shirya kuma kashe irin wannan da kisan gilla, yanzu heroes ko kahon.

Don haka, mun shaida da yawa laifuka kafin 1991 abin da aka faruwa, da kuma bayan 1991 to, da yawa ake kira Super ikon kasashen zaton su ci gaba da take hakki da Adam.

To, za ka iya kira shi, wadannan super ikon kasashen mãsu aiki sama da Yarjejeniya Ta na Majalisar Dinkin Duniya da sauran kasashen duniya norms. Na yanke shawarar gaya abokaina, a duniya 'yan ƙasa san abubuwa game ciki cin hanci da rashawa a tsakanin Biyar Dindindin' Yan Majalisar Dinkin Duniya da kuma cikin Majalisar Dinkin Duniya Systems.

Babu wani abu da zai turbuɗe wani karin!

Kuma kadai hanya da za mu iya dakatar da laifi kasashen da su nada 'yan siyasa.

Muna bukatar mu ya tãyar da mu muryoyin domin ya tilasta da biyar Dindindin 'Yan Majalisar Dinkin Duniya ta dakatar da m take hakki a kan Yarjejeniya Ta mai ya Majalisar Dinkin Duniya da ka'idoji na kasa da kasa norms.

Na san cewa wasu duniya marubuta rubuta littattafai masu yawa game da kisan gilla,, kuma muna son irin wannan duniya marubuta don fara lawsuits kan cin zarafin da laifi shirya wadannan girma laifukan cin zarafin.

Mu, duniya 'yan ƙasa suna da hakkin ya tilasta da Yarjejeniya Ta mai ya Majalisar Dinkin Duniya da ka'idoji na kasa da kasa norms idan kasashen kasa ta cika da shi, kuma na gaske imani da shi.

Idan kana son ka kare 'yancin faɗar albarkacin baki, yan-adam da duniya zaman lafiya to ina ganin cewa muna bukatar mu tilasta mutane hakkoki ko da kuwa da m corruptions daga cikin biyar gurbace Dindindin' Yan Majalisar Dinkin Duniya da ka'idoji na kasa da kasa norms.

Babu wani mutum nasara a lokacin da ba mu cika da dokar!

Muna da kawai zabi idan dai ba mu fara yaki!

Kuma idan muka kawai so su bari take hakki tafi a kan a Majalisar Dinkin Duniya to, muna da wani babban matsala!

Mun mafi alhẽri koyon yadda za ka kare mu hakkoki!

Ba mu so m diplomasiyya giya da cãca manufofin haka, bari mu da Universal Declaration of Human Rights cikin gida, yanki da kuma duniya.

Babi na Ashirin da tara

Gabatarwa

Ganin cewa amincewa da muhimmi mutunci kuma na daidai ya sami yancin kasancewa da duk mambobi ne na dan Adam iyali shi ne kafuwar 'yanci, adalci da kuma zaman lafiya a duniya,
Ganin cewa watsi da raini ga hakkin dan Adam sun haifar da barbarous ayyukan da suka outraged da lamiri na 'yan adam, da zuwan duniya a cikin abin da mutane za su ji dadin' yancin magana, kuma imani da 'yanci daga tsoro da kuma son ya yi kira a matsayin mafi girman tsammãni na kowa da mutane,
Ganin cewa ya kamata, idan mutum ba a tilasta a yi tunani akai, a matsayin karshe mafaka, to tawaye yakan zalunci da babakere, da 'yancin ɗan adam ya kamata a kiyaye shi, ta hanyar girka dokoki,
Ganin cewa ya kamata a karfafa aminci tsakanin kasashe,
Kowane mutum na Majalisar Dinkin Duniya da a cikin Yarjejeniya jaddada su ĩmãni da muhimman hakkokin yan-adam, a cikin mutunci da kuma darajar da mutum ita kuma a kan daidai-Adam na maza da mata da suka yi niyyar su inganta zamantakewa ci gaba da mafi alhẽri matsayin rayuwa a ya fi girma 'yanci,
Ganin cewa Member Amirka, sun dauki alkawalin da su, don cimma, a co-aiki tare da Majalisar Dinkin Duniya, da gabatarwa a duniya a girmama a kiyaye da yan-adam da muhimman hakkokin yanci,
Ganin cewa na kowa fahimtar wadannan hakkoki da abubuwan da yanci ne daga cikin mafi girma muhimmin abin da cikakken ganin wannan jingina,
Yanzu, Saboda haka THE Majalisar shelar WANNAN Universal ya kunsa kamar yadda na kowa misali na babban rabo ga dukan al'ummai da dukan al'ummai, to karshen kowane mutum da kowane sashen jama'a, kiyaye wannan jawabi kullum tuna, za ku yi jihãdi da koyarwa da kuma ilimi inganta girmama wadannan hakkoki da abubuwan da yanci da kuma ta m matakan, kasa da kuma na kasa da kasa, to amince su duniya da kuma tasiri ya san kuma kiyaye, biyu daga cikin mutanen Member Amirka, da kansu da kuma cikin al'ummai kasashen da ke karkashin iko.

Mataki na ashirin da daya.

Duk mutum free, kuma sunã daidaita a mutunci da hakkoki. Suna bai wa dalilin da na sanin yakamata da ya kamata aiki zuwa ga sãshe a cikin wani ruhu na 'yan'uwantaka.

Mataki na ashirin da biyu.

Kowane mutum na da hakkin ga dukan hakkoki da abubuwan da yanci ya bayyana a cikin wannan jawabi ba tare da bambanci ko kadan ba, kamar launin fata, jima'i, da harshen, addini, siyasa ko wasu ra'ayi, kasa ko zaman jama, na haifuwa, ko na wani hali daban. Bugu da ƙari kuma, ba su rarrabe za a yi kan siyasa, duniya domin hakkokin nan na kasar ko yankinsu a wadda mutum ne da mulkin, ko yana zama mai zaman kanta, dõgara, wadanda ba kai Hukumar ko a karkashin wani ya rage mata mulki.

Mataki na ashirin da uku.

Kowane mutum na da hakkin rayuwa, da 'yanci da tsaro na mutum.

Mataki na ashirin da hudu.

Ba wanda za a gudanar a bautar ko bauta. bautar da cinikin bayi, za a haramta ta kowane hali.

Mataki na ashirin da biyar.

Ba wanda za a yi wa azaba, ko don m, ba na mutum ba, ko kuma m magani ko azãba.

Mataki na ashirin da shida.

Kowane mutum na da hakkin ya san ko'ina a matsayin mutum a gaban doka.

Mataki na ashirin da bakwai.

Duk daidai yake da kowa a gaban doka, kuma kowa na da hakkin ba tare da nuna bambanci kariya na doka. Duk suna da hakkin su sami kimar kariya a kan wani bambanci ba a take hakkin wannan jawabi, da a kan wani zunubi shũshũtãwa to irin wannan bambanci.

Mataki na ashirin da takwas.

Kowane mutum na da hakkin ya wani tasiri magani da m kasa ta kunsa sun ayyukan saba wa moriyar hakkokinsa wadanda ba shi da tsarin mulki ko dokar.

Mataki na ashirin da tara.

Ba wanda za a yi wa sabani kama, ake tsare ko gudun hijira.

Mataki na ashirin da Goma.

Kowane mutum na da hakkin a full daidaita zuwa adalci kuma jama'a ji ta mai zaman kanta da kuma m kotun, a tabbatar da dalilin da ya hakkoki da abubuwan da wajibai da kuma na kowane laifi.

Mataki na ashirin da goma sha.

(1) Kowane mutum tuhuma da wani laifi Final na da hakkin a yi kwarewarsa, barrantacce har tabbatar da laifi bisa ga doka a cikin wani fili fitina a wadda ya ya na da dukan tabbacin zama dole domin tsaron gida.
(2) Ba wanda za a gudanar laifin wani Final laifi sabõda wani aiki ko tsallake abin da ba su dokoki ne a Final laifi, a karkashin kasa ko dokokin duniya, a lokacin da aka aikata. Kuma bã zã a yi wa mutum hukunci fiye da daya hõre da yake zartar a lokacin da Final laifi da aka aikata.

Mataki na ashirin da goma sha biyu.

Ba wanda za a yi wa sabani tsangwama tare da tsare sirri, iyali, gida ko rubutu ba, kuma ba a ci masa mutunci ko bata masa suna. Kowane mutum na da hakkin ya kariya ta doka da irin wadannan abubuwa.

Mataki na ashirin da goma sha uku.

(1) Kowane mutum na da hakkin ya sami yancin yin motsi da kuma zama cikin iyakar kowace jiha.
(2) Kowane mutum na da hakkin ya fita daga kowace kasa, har da kasarsu, kuma zuwa komowa

kasarsu.

Mataki na ashirin da Goma sha hudu.

(1) Kowane mutum na da hakkin ya nemi da ya ji dãɗi a wasu kasashen mafaka daga zalunci.
(2) Wannan dama iya ba za a kira a yanayin saukan gurfanar da masu laifi gaske tasowa daga dan-kasa ba ko wanda ya saba wa manufar Majalisar Dinkin Duniya.

Mataki na ashirin da goma sha biyar.

(1) Kowane mutum na da hakkin kasancewa dan wata kasa.
(2) Ba wanda za a siddan hana kasa idan kuma ba ƙaryata game da hakkin ya sake kasa.

Mataki na ashirin da goma sha shida.

(1) Maza da mata na cike da shekaru, ba tare da wani ya rage mata saboda tseren, kabila ko addini, da 'yancin ya aure kuma su yi iyali. Suna suna zuwa daidaita hakkoki kamar yadda ya aure, a lokacin aure, kuma a idan ta faru.
(2) Aure za a shiga ba fãce daga free kuma full yarda da nufin maza.
(3) dai iyali shi ne muhimmin tushen kungiyar naúrar na jama'a da aka mai suna su kiyaye al'umma da kuma jihar.

Mataki na ashirin da goma sha bakwai.

(1) Kowane mutum na da hakkin ya mallaki dukiya shi kadai kamar yadda a cikin tarayya, tare da wasu.
(2) Ba wanda za a siddan hana wa dukiyarsa.

Mataki na ashirin da goma sha takwas.

Kowane mutum na da hakkin ya sami yancin yin tunani da na sanin yakamata da na bin addini; wannan yana da yancin sake addini ko imani, da 'yanci, ko dai shi kadai ko a cikin taro kuma a fili ko masu zaman kansu, to bayyana addininsa ko ya bada gaskiya gare yi, bauta wa din ya nuna.

Mataki na ashirin da goma sha tara.

Kowane mutum na da hakkin ya sami yancin ra'ayi nasa; wannan yana da yancin rike ra'ayin ba tare da tsangwama da kuma neman, sama da goya bayanai da kuma ra'ayoyi, ta hanyar wani kafofin watsa labarai da kuma ko da kuwa iyaka.

Mataki na ashirin da Ashirin.

(1) Kowane mutum na da hakkin ya sami yancin yin taro da kafa kungiyoyi lumana.
(2) Ba wanda za a tilasta wa shiga wata kungiy a.

Mataki na ashirin da Ashirin da daya.

(1) Kowane mutum na da hakkin ya shiga a cikin gwamnatin kasarsa, kai tsaye ko ta hanyar yardar kaina zaba wakilan.
(2) Kowane mutum na da hakkin daidai damar yin amfani da sabis jama'a a cikin kasar.
(3) nufin jama'a su zama tushen ikon gwamnatin. wannan nufin za a bayyana gaskiya lokaci zuwa lokaci zaben wanda zai zama da duniya da kuma daidaita wahala da kuma za a gudanar da zaben asiri ko da m free zabe hanyoyin.

Mataki na ashirin da Ashirin da biyu.

Kowane mutum, a matsayinsa na kasancewa daya daga cikin al'umma, na da hakkin ya zamantakewa tsaro da aka mai suna zuwa ganin, ta hanyar kokarin kasarsu da taimakon kasashen duniya hadin gwiwa da daidai da kungiyar da kuma albarkatun kowane Jihar, na tattalin arziki, zamantakewa da al'adu yancin makawa ga ya mutunci da free ci gaban rayuwar sa.

Mataki na ashirin da Ashirin da uku.

(1) Kowane mutum na da hakkin ya sami aiki, da yancin ya zabi aikin yi na, to kawai da m yanayin aiki da kuma a kiyaye shi da rashin aikin yi.
(2) Kowane mutum na, ba tare da wani bambanci ba, suna da hakkin su sami kimar albashi daidai aikin.
(3) Duk wanda ke aiki na da hakkin ya adalci da m albashin tabbatar wa kansa da iyalansa da wani zama na kirki na dan Adam mutunci, kuma supplemented, idan ya cancanta, da sauran hanyar zamantakewa kariya.
(4) Kowane mutum na da hakkin ya kafa shiga kwadago na kariya da zai amfane shi.

Mataki na ashirin da Ashirin da hudu.

Kowane mutum na da hakkin ya natsu da dama, ciki har da m rage mata aiki hours da kuma lokaci-lokaci holidays da albashi.

Mataki na ashirin da Ashirin da biyar.

(1) Kowane mutum na da hakkin kasancewa dan wata misali na zaune isasshen ga kiwon lafiya da alheri da kansa da iyalinsa, ciki har da abinci, tufafi, gidaje da kuma kiwon lafiya da kula da zama dole jin dadin rayuwarsu, ya kuma mallaki tsaro a taron na rashin aikin yi, rashin lafiya, da jin dadin rayuwarsu, tsufa ko wasu rashin abincinsu a cikin yanayi bayan da iko.
(2) mata da kuma yara suna da hakkin su da taimako na musamman. Kuma dukkan yara ne, ko aka haifa a cikin aure daga, za a ji dadin wannan tattali da kariya.

Mataki na ashirin da Ashirin da shida.

(1) Kowane mutum na da hakkin ya sami ilimi. Ilimi zai zama free, a kalla a cikin na farko da muhimman hakkokin saukarwa. Na farko ilimi zai zama wajibi. Fasaha da sana'a da ilimi za a yi kullum samuwa kuma mafi girma ilimi za su zama daidai m ga duk kan abin yabo.
(2) Education za a directed zuwa cikakken ci gaban dan Adam rayuwa da karfafa kiyayewa da yan-

adam da muhimman hakkokin yanci. Zai inganta fahimtar juna da ragowa da aminci tsakanin kasashe, launin fata, ko na addini kungiyoyin, ya kuma karfafa kokarin da Majalisar Dinkin Duniya take yi domin a kiyaye zaman lafiya.
(3), iyayen ne a gaba wajen hakkin fadin irin ilimi da za a yi wa yayansu.

Mataki na ashirin da Ashirin da bakwai.

(1) Kowane mutum na da hakkin yardar kaina su shiga a cikin al'adu rayuwar al'umma, ya ji dãɗi da zane-zane da kuma a raba a kimiyya ci gaba da amfanin.
(2) Kowane mutum na da hakkin ya kariya ta halin kirki da kuma kayan bukatun sakamakon wani kimiyya, wallafe-wallafen ko m samar da abin da ya marubucin.

Mataki na ashirin da Ashirin da takwas.

Kowane mutum na da hakkin a cikin zaman jama'a da tsakanin kasashen duniya domin hakkokin da abin da yanci aka bayyana a cikin wannan jawabi su tabbata sosai.

Mataki na ashirin da Ashirin da tara.

(1) Kowane mutum na aikinsu ga al'umma, a cikinsa kadai da free kuma full ci gaban rayuwar sa mai yiwuwa ne.
(2) A cikin aikin da ya hakkoki da abubuwan da yanci, kowa da kowa zai zama batun kawai don irin wannan gazawar kamar yadda aka ƙaddara ta hanyar doka kawai domin manufar kullawa saboda ya san kuma daraja da hakkoki da abubuwan da yanci na wasu kuma na ganawa da kawai bukatun na halin kirki , domin a tabbata cewa janar jindadin a cikin wani mulkin demokraɗiyya al'umma.
(3) da wadannan hakkoki da abubuwan da yancinsu iya a wani yanayin da za a nuna saba wa manufar Majalisar Dinkin Duniya.

Mataki na ashirin da talatin.

Babu wani abu da a cikin wannan jawabi a iya fassara a matsayin yana ambaton ga wani Jihar, kungiyar ko mutum wani ikon tafiyar da wata aiki ko kuma su yi wani aiki da nufin halakar da wani daga cikin hakkoki da abubuwan da yanci ya dace.

Babi na Talatin

Duniya Jama'a, na sani cewa kai ne mai kaifin baki da kuma kokarin sanin ƙarin bayani da kuma manufofin game da harkokin kasa da kasa da kuma yadda kasashen wakilci mu a daban-daban matakan da kasa da kasa Arena.

An tunanin wai ina cewa duniya 'yan ƙasa dole ne ta nada duniya hukumar to tilasta duniya da lissafi da, nuna gaskiya ne amintacce daga mutãne sabõda haka, za mu iya rayuwa da kuma co-zama cikin salama.

Lalle ne, na duniya 'yan ƙasa za su iya sanya su a duniya a hukumar a kan tushen kasa wakilci domin sanya wanda ya zama sakatare-janar na Majalisar Dinkin Duniya ko wasu kasashen duniya posts wanda wakiltar duniya' yan ƙasa, da kuma dole ne mu tabbata cewa Mafia nasaba kasashen da su nada criminally shiryayye yan siyasa ba zai samu da laifuffukan da aka aikata a kan bil'adama.

Da yawa shawarwari bayar da Majalisar Dinkin Duniya kwamitin sulhu?

Kuma ba ka Hauwa'u tambayar da shi?

To, da Biyar Dindindin 'Yan Majalisar Dinkin Duniya kwamitin sulhu bayar da dama shawarwari, kuma su masu farko ya karya irin shawarwari a duk lokacin da suka ga cewa shi ne barazana ga geopolitical bukatun.

Kuma irin wannan aiki ga adapting, shiga da kuma keta shawarwari suka kasance kowa yi a tsakanin Biyar Dindindin 'Yan Majalisar Dinkin Duniya kwamitin sulhu, kuma mun ba zai iya dakatar da irin wannan illegalities saboda duniya' yan ƙasa taba sanya saman jagorancin Majalisar Dinkin Duniya.

Wata kila, akwai, akwai kuma akwai na iya zama wata sihiri abin zamba zuwa makantar duniya 'yan ƙasa a lõkacin da criminally shiryayye kasashen da' yan siyasa warware cikin Yarjejeniya Ta na Majalisar Dinkin Duniya da ka'idoji na kasa da kasa Attaura.

Ina son kowane duniya ɗan ƙasa ya karanta labarai da kafofin watsa labarai kantuna don ya san yadda duniya manufofin da ake kashe a Majalisar Dinkin Duniya ko wasu kungiyoyin kasa da kasa, kuma idan sun ga wani abu da ba ya wakilci da na kowa amfani da bil'adama sai mu tãyar da mu murya up.

Don Allah, za ka iya kare lafiya da ba bisa doka ba da kuma manufofin misinterpretation na da Yarjejeniya Ta na Majalisar Dinkin Duniya da kuma kasa da kasa norms saboda kana da hakkin ya yi amfani da 'yancin faɗar albarkacin baki a game da labarin 19 na Universal Declaration of Human Rights.

Ba zan iya bari mara kirki, jami'in diflomasiyyar da 'yan siyasa karya gida, yankin da tsakanin kasashen duniya norms da dokokin, kuma ba za mu iya lura da su zuwa barazana duniya kwanciyar hankali da tsaro.

To, ina so a raba ta nuna damuwa magance diplomasiyya illegalities a cikin Majalisar Dinkin Duniya System kuma ban wani Majalisar Dinkin Duniya kasashen da suka gurbace da kuma keta da Yarjejeniya Ta na Majalisar Dinkin Duniya da ka'idoji na kasa da kasa Attaura.

Kuma kada su cancanci ya gauraye duniya 'yan ƙasa kara!

Game da shi. Ina son duniya 'yan ƙasa gudanar da bincike da biyar Dindindin Wakilan mai ya Majalisar Dinkin Duniya kwamitin sulhu da kuma yadda suka taka counter leƙen asiri a cikin Majalisar Dinkin Duniya kwamitin sulhu? Gaskiya ne amma ba wanda ake magana ne ko binciken leƙen asiri kasuwanci a cikin Majalisar Dinkin Duniya System inda Biyar Dindindin Wakilan mai ya Majalisar Dinkin Duniya kwamitin sulhu wasa muhimmanci matsayin boye gaskiya da kuma ba siyasa sabani.

Majalisar Dinkin Duniya ya zama kamar lalatar da la'anta shaidan, da kuma zan gudu ga post na babban sakataren Majalisar Dinkin Duniya a 201 6, idan na zabe a matsayin farko American Muslim da Muslim duniya sakataren MDD na United Duniya a 2016.

Sa'an nan zan tilasta kuma bi da Yarjejeniya Ta na Majalisar Dinkin Duniya da kuma kasa da kasa norms da bin doka ba tare da diplomasiyya da siyasa rinjayar da su Member Amirka, a cikin Majalisar Dinkin Duniya System.

Kuma na san abin da ba mu bukatar diplomasiyya celebrities wanda ya jin kunya a lõkacin da suka ga 'yan'uwanmu kasashen screwing sama da Yarjejeniya Ta na Majalisar Dinkin Duniya da ka'idoji na kasa da kasa Attaura.
Fundamentally, mu duka bukatar ka bi shi!

Idan kasashen bukatar halin kirki ko m kima a gudanar da wani m jobs a cikin kasa da kasa fagen fama don bauta wa bil'adama sai su nemi kara horo a diflomasiyyar.

da kyau, shi ne gaskiya cewa kasashen iya bukatar kara horo a diflomasiyyar ko da shi ko ita an bauta wa a cikin wani diplomasiyya post shekaru kafin. Na yi imani da cewa da gaske duniya ne mafi m fiye da 20th karni.

Yadda kasashen da dama da makaman nukiliya?

Kuma da yawa kasashen da ake bi a zamanin yau ya mallaki makaman nukiliya?

Ba ya ta'allaka ga duniya 'yan ƙasa, kuma za mu iya kawo canji ga bil'adama. Shin, ba dadi ba to zaben guda gurbace kasashen? Ina fatan cewa shi ba zai faru da sanya guda mara kirki, kasashen saboda muna bukatar jagorancin canji a Majalisar Dinkin Duniya.

To, shi ne mai bad jagorancin alhakin da damar da yawa duniya kasashen ko gwamnati kasashen a Majalisar Dinkin Duniya zuwa kawai da halin karya da Yarjejeniya Ta na Majalisar Dinkin Duniya da kuma International norms.

Ta yaya game da United al'ummai rufe har fyade lokuta a wurare da dama?

Ta yaya game da Majalisar Dinkin Duniya swindling kudi a kan bogus ayyukan a duniya?

Ko yadda za game da mara kirki Majalisar Dinkin Duniya kulla kamar man fetur ga tsabar kudi?

Na damu duniya 'yan ƙasa, kuma na yi tilasta kuma bi da Yarjejeniya Ta na Majalisar Dinkin Duniya da kuma International norms.

Idan kana gurbace Majalisar Dinkin Duniya jami'in diflomasiyyar ko ma'aikaci to, ku m share sunanka a gaba da shi ya yi yawa, saboda duk abin da aka ruwaito da bin doka da confidentially.

Muna so mu Majalisar Dinkin Duniya ya yi aiki ga kowa sha'awa na duniya 'yan ƙasa, kuma muna ba da sayen daga mara kirki kasashen da nada shugabannin su karya Yarjejeniya Ta na Majalisar Dinkin Duniya da kuma kasa da kasa norms.

To, ban kasance lafiya da criminally shiryayye kasashen da suka wakilci da kuma sanya hannu hatsari kulla a tsakanin Biyar gurbace Dindindin na Majalisar Dinkin Duniya, da suka keta irin wannan hadarin gaske yarjejeniyar bayan minti, hours, kwanaki ko watanni kafin shi ma ya kai wani shekara.

A, take hakki dole ne a tsaya Willy-nilly.

Babu diplomasiyya laifuffuka sai dai idan gurbace kasashen daga cikin biyar Dindindin 'Yan Majalisar Dinkin Duniya kwamitin sulhu yi, da kuma dole ne mu canja su wani tunanin da siyasa halaye ga derailing duniya zaman lafiya.

Mu, duniya 'yan ƙasa samu gaza manufofin Majalisar Dinkin Duniya bayan wani lokaci a lokacin da mutumin da yake ko dai Insider ko mai zuwa na baya leaks shi ga duniya.

Mun sani cewa Majalisar Dinkin Duniya Ciki dubawa Services ba ya kawo m Bincike, Mutunci, Impartiality, objectivity da kwarewa daga cikin biyar Dindindin 'Yan Majalisar Dinkin Duniya kwamitin sulhu da kullum a cikin Majalisar Dinkin Duniya System.

Wannan ne gaskiya!

Shin, mu a shirye su sanya dama dan takarar na sakatare-janar na Majalisar Dinkin Duniya a 2016?

A, na yi imani cewa duniya 'yan ƙasa suna shirye su umurni da goyon bayan kai tsaye da wani ya tare da daban-daban bango wanda ya ba da wani mara kirki, jami'in diflomasiyyar da siyasa da sauran wurare a duniya.

Na fara tunanin gudu ga Sakatare Janar na Majalisar Dinkin Duniya a 1995 lokacin da na ke haka matasa, kuma tun sa'an nan kuma Na an advocating ga duniya zaman lafiya na al'umma, yanki da kuma duniya.

Ina da hangen nesa manufa ta dakatar a dukan duniya diplomasiyya zunubanku, kuma corruptions, kuma ba zan bari da biyar gurbace Dindindin 'Yan Majalisar Dinkin Duniya kwamitin sulhu zuwa karya Yarjejeniya Ta na Majalisar Dinkin Duniya da ka'idoji na kasa da kasa Attaura.

Ana mu a hadarin ga nukiliya yaki?

A, idan daya nukiliya powered al'ummai fara yaƙi da juna al'umma dauke da makamai muni makaman kare dangi.

An Majalisar Dinkin Duniya inganta zaman lafiya?

A'a, domin shi ne mai haske da cewa Biyar gurbace Dindindin 'Yan Majalisar Dinkin Duniya kwamitin sulhu ne m ya ɓatar da mu, sai suka fara saba sa'an nan kuma suka yi amfani da kujerar naƙi ya nuna diflomasiyyar keda daukaka domin karya da Yarjejeniya Ta na Majalisar Dinkin Duniya kwamitin sulhu da kuma International norms.

Mutane da yawa tambayoyi da za a amsa nan da sannu!

Mun sani cewa kadai hanya za mu iya samun adalci ne ya sanya mai tsabta da kuma sosai ilimi mutãne waɗanda suke gabar bil'adama da kuma son muhalli da kuma duk abin da cikin.

Ba giya da cãca barkwanci!

Bari mu warware rikicin da siyasa rikice-rikice lafiya da kuma cikin hikima.

Ina ganin cewa idan kasashen da 'yan siyasa fahimci jagorancin, su ne mutãne!

Kowa ya aikata kuskure!

Kuma idan kuna son zaman lafiya to, kada ka fara yaki ta kowane hanya!

Don Allah idan ka ga wani abu ba daidai ba, za ka iya ce wani abu game da shi saboda haka, za ka iya amfani da su domin sanar da duniya 'yan ƙasa a da yawa hanyoyi.

Ka yi kokarin amfani da kafofin watsa labarun kantuna ko wasu watsa labarai tashoshi, kuma ina so ku sani, shi ne mafi alhẽri ya tãyar da ku damuwa game da mummunan duniya manufofin da siyasa derailments.

Roma ba gina, a cikin yini!

A zahiri, mu yi tsammani dakatar criminally shiryayye kasashen da 'yan siyasa, shi ba ya sa hankali abin da ikon ko post shi ko ita an rike idan dai suka karya wani dokokin!

A, muna bukatar adalci ga duk abin da!

Da adalci ne kadai hanya da za mu iya yi zaman lafiya a cikin wannan duniyar tamu.

Marasa iyaka, kuma rashin} o} arin ga kyakkyawan shugabanci da kuma diflomasiyyar dole ne key manyan al'amurra a cikin Majalisar Dinkin Duniya System, kuma za mu yi hada gwiwa don cimma daraja da niyya manufa na Majalisar Dinkin Duniya da kuma International Kungiyoyin.

Mata da matasa dole ne samun adalci da kuma isa wakilci na al'umma, yanki da kuma duniya, kuma mun san san cewa mafiya yawa daga cikin duniya yawan masu mata da matasa, da kuma dole ne mu taimake mu mutane daidai da zama a cikin wannan mahaifarsa salama.

A, idan mata da matasa su ne farin ciki sa'an nan kuma za mu yi zaman lafiya a wannan duniya amma

mun kãfirta da hakkin to, ba za mu zama mafi aminci sabõda lalle su, la'ana za su zo da kawar da miyagun mutanen da suka misrepresented su na kowa bukatun.

Da Allah muka dogara!

Allah ya albarkace duniya!

Amin!

www.ingramcontent.com/pod-product-compliance
Ingram Content Group UK Ltd.
Pitfield, Milton Keynes, MK11 3LW, UK
UKHW051134260726
13967UKWH00010B/3051